नोबेल ललना

भाग २
(सन २००१ – ....)

मीरा सिरसमकर

मेहता पब्लिशिंग हाऊस

- *या पुस्तकातील लेखकाची मते, घटना, वर्णने ही त्या लेखकाची असून त्याच्याशी प्रकाशक सहमत असतीलच असे नाही.*

NOBEL LALANA - PART 2 (YEAR 2001 - ....) by MEERA SIRSAMKAR

नोबेल ललना - भाग २ (सन २००१-....) : मीरा सिरसमकर / व्यक्तिचरित्रे

© मीरा सिरसमकर
डी/१२, पाटील रिजन्सी, एरंडवणे, पुणे - ४११००४.
✆ ९२२६१९६३७१, (०२०) २५४६१५४७
E-mail : meerasirsamkar@yahoo.com

प्रकाशक : सुनील अनिल मेहता, मेहता पब्लिशिंग हाऊस,
१९४१, सदाशिव पेठ, माडीवाले कॉलनी, पुणे - ४११०३०.

मुखपृष्ठ : फाल्गुन ग्राफिक्स

प्रथमावृत्ती : जानेवारी, २०१३ / पुनर्मुद्रण : नोव्हेंबर, २०१४

ISBN for Printed Book 978-81-8498-441-5
ISBN for E-Book 978-81-8498-576-4

माझी मावशी
स्वातंत्र्यसैनिक वीर महिला
कै. गीताबाई चारठाणकर
हिच्या स्मृतीस अर्पण...

आचारातील साधेपणा हा सखोल विचारांचा परिणाम होय.

चार

ऋणनिर्देश

जगातील सर्वोच्च समजला जाणारा नोबेल पुरस्कार मिळविणाऱ्या सर्व क्षेत्रांतील एकूण चौतीस स्त्रियांवरील 'नोबेल ललना' ही माझी मालिका 'स्त्री'/किर्लोस्कर मासिकात सप्टेंबर, २००६ ते जानेवारी, २००८ या काळात प्रसिद्ध झाली. यात दर महिन्याला तीन नोबेल पुरस्कार विजेत्या स्त्रियांची माहिती दिली जात असे. या सर्वच स्त्रियांची मराठी वाचकांना माहिती व्हावी, हा त्यामागचा उद्देश होता. सर्वसाधारणपणे मेरी क्यूरी, आयरिन क्यूरी, पर्ल बक, मदर तेरेसा अशा हाताच्या बोटांवर मोजण्याइतक्याच नोबेल विजेत्या स्त्रियांची माहिती लोकांना असते. त्यामुळे या यादीतील सर्वच स्त्रियांचे कर्तृत्व लोकांसमोर मांडावे, असा माझा प्रयत्न होता. प्रत्येक स्त्रीचे कार्य अफाट आहे. मी त्यांचे काम त्या-त्या काळच्या सामाजिक, राजकीय संदर्भासकट शब्दबद्ध करण्याचा प्रयत्न केला. या मालिकेला वाचकांचा चांगला प्रतिसाद मिळाला. 'स्त्री'/किर्लोस्कर मासिकाचे संचालक व संपादक श्री. विजय लेले आणि व्यवस्थापिका भाग्यश्री लेले यांच्या प्रोत्साहनामुळे हे घडून आले, त्यांचे मी आभार मानते.

सर्व थरांतील वाचकांनी आणि विशेष आनंदाची बाब म्हणजे तरुण पुरुषांनी 'नोबेल ललना' हे पुस्तकरूपात प्रसिद्ध व्हावे अशी इच्छा व्यक्त केली; त्या सर्वांची आणि मला लेखनासाठी नेहमीच प्रोत्साहन देणारी माझी आई, बहिणी, सासू-सासरे, मैत्रिणी, नातेवाईक आणि सुहृद यांचीही मी ऋणी आहे. त्याचप्रमाणे हे पुस्तक त्वरेने प्रकाशित करणारे मेहता पब्लिशिंग हाऊसचे श्री. सुनील मेहता व त्यांचा कर्मचारिवर्ग यांचेही मी आभार मानते.

पुस्तकात सर्व नोबेल विजेत्या स्त्रियांचा मी एकेरी उल्लेख केला आहे. कारण त्यांच्या व्यक्तिमत्त्वाचा अभ्यास करताना माझे त्यांच्याशी बहीण, आई, मावशी किंवा मैत्रिणीसारखे नाते जुळले अन् आपसूकच त्यांचा एकेरी उल्लेख येत गेला.

नोबेल ललनाचे लेखन करत असताना मराठीत फारशी पुस्तके उपलब्ध नसल्यामुळे परदेशातील संदर्भ ग्रंथ वापरावे लागले. या कामी अमेरिकेत मेरिलॅन्ड

विद्यापीठात एम.एस. करत असलेला माझा मुलगा चि. अमितची खूप मदत झाली. मी सांगेन ती दुर्मीळ पुस्तके त्याने उपलब्ध करून दिली. त्याच्याशी 'चॅटिंग' करताना जवळजवळ वर्षभर 'नोबेल' (स्त्री-किर्लोस्करच्या उपसंपादकपदी असल्यामुळे अंकातील बाकीचे विषय.) हाच आमच्या चर्चेचा विषय असे. माझ्या अमेरिकेच्या दौऱ्याच्या वेळीही तिथली अनेक पुस्तके वाचता आली.

'बॉम्बे व्हेटर्नरी कॉलेज'मधून प्राध्यापकपदावरून (पॅथॉलॉजी) निवृत्त झालेले माझे बाबा डॉ. बी. व्ही. जालनापूरकर (पीएच.डी., एफ.आर.व्ही.सी.एस., स्वीडन) यांनी वडील व शिक्षक या दोन्ही नात्यांतून मला मार्गदर्शन केले. विशेषत: वैद्यकीय क्षेत्रातील स्त्रियांवरचे लिखाण करताना मी त्यांची अक्षरश: शिकवणीच लावली होती. मोठमोठ्या शास्त्रीय पुस्तकांतील माहिती सोपी होऊन सामोरी आली ती त्यांच्यामुळेच! माझी शास्त्र शाखेतील पदवीही या कामी उपयोगात आली.

आयआयटी, पवई येथून इंजिनीयरिंगचे शिक्षण घेतलेले आणि नंतर मॅनेजमेंटची पदव्युत्तर पदवी मिळविणारे माझे पती श्री. प्रदीप यांचीही बहुमोल मदत मिळाली. अचूकता, नेमकेपणा आणि सुसूत्रता या वैज्ञानिक लिखाणासाठी लागणाऱ्या आवश्यक बाबींचे त्यांच्याकडून मार्गदर्शन मिळाले. मुख्य म्हणजे लेखनकार्यासाठी अत्यंत आवश्यक असणारी बाब म्हणजे 'स्पेस'– ती त्यांनी दिल्यामुळे अनेक पुस्तके, संदर्भ ग्रंथ आणि इंटरनेटवरील माहिती यांच्या गोतावळ्यात मी व्यग्र राहू शकले.

पुस्तकाचे यश वाचकांच्या हाती सोपवले आहे. खरे म्हणजे या पुस्तकामुळे किमान काही जणींना वा जणांना कृतिशीलतेची प्रेरणा मिळाली, तर तेच या पुस्तकाचे यश असेल!

–मीरा सिरसमकर

मनोगत

'नोबेल ललना' या पुस्तकाची पहिली आवृत्ती नोव्हेंबर, २००८ साली प्रकाशित झाली. त्यात तोपर्यंत नोबेल पारितोषिक मिळवणाऱ्या ३५ स्त्रियांच्या चरित्रांचा समावेश होता. या पुस्तकाच्या दीड वर्षांमध्ये तीन आवृत्ती प्रकाशित झाल्या. त्यानंतरच्या वर्षांमध्ये आणखी काही स्त्रियांना विविध विभागांमधील नोबेल पारितोषिके मिळाली. या स्त्रियांच्या चरित्रांचाही समावेश पुस्तकात असावा, यादृष्टीने प्रकाशक श्री. सुनील मेहता यांनी पुस्तकाचे दोन भाग करावेत, अशी सूचना केली. त्यानुसार वाचकांच्या सोयीसाठी पुस्तकांचे दोन भाग केले आहेत.

'नोबेल ललना' भाग-१मध्ये नोबेल पुरस्काराचे जनक 'सर आल्फ्रेड नोबेल' यांचे चरित्र, नोबेल पुरस्कारांच्या योजनेची सविस्तर माहिती आणि १९०१ ते २००० सालापर्यंत 'नोबेल' मिळविणाऱ्या स्त्रियांच्या चरित्रांचा समावेश आहे, तर 'नोबेल ललना' भाग-२मध्ये २००१ सालापासूनच्या नोबेल विजेत्या स्त्रियांच्या चरित्रांचा समावेश आहे. भावी काळामध्ये आणखी स्त्रियांना जसजसे नोबेल पुरस्कार मिळत जातील, त्यानुसार 'नोबेल ललना' भाग-२ अद्ययावत होत जाईल.

आपापल्या क्षेत्रातील कर्तबगारीची शिखरे गाठणाऱ्या या आंतरराष्ट्रीय पातळीवरील स्त्रियांच्या चरित्रांचा अभ्यास करताना, प्रामुख्याने अडचण जाणवते ती संदर्भ ग्रंथांची, पाश्चात्त्य देशांमधून त्या विषयांच्या संबंधित पुस्तके मिळविणे, विविध माध्यमातून मिळणाऱ्या माहितीची छाननी करणे, वैद्यकीय आणि वैज्ञानिक क्षेत्रांमधील त्यांनी केलेल्या संशोधनाबाबत तज्ज्ञांशी चर्चा करणे आणि वाचकांच्या आकलनासाठी त्यांची सोप्या भाषेत मांडणी करणे, यामध्ये खरे तर भरपूर उर्जा आणि वेळ खर्च होतो. पण तरीही हे काम करताना एक वेगळे समाधान मिळते. कारण या स्त्रियांच्या चरित्रांचा अभ्यास मनाला उभारी देतो, समृद्ध करतो. कर्तृत्ववान स्त्रियांची चरित्रे केवळ स्त्रियांनाच नव्हे; तर

सर्व समाजालाच प्रेरणा देत असतात.

वाचक 'नोबेल ललना' या नव्या स्वरूपातील पुस्तकाच्या दोन्ही भागांचे चांगले स्वागत करतील, अशी खातरी आहे. भविष्यात नोबेल विजेत्या स्त्रियांची संख्या वाढली, तर आपल्या पुस्तकात त्यांच्या चरित्रांचा समावेश करण्यास लेखिका आणि प्रकाशक या दोघांनाही नक्कीच आनंद वाटेल.

– मीरा सिरसमकर

स्वप्रकाशरूपा

"स्त्रीला व्यक्ती म्हणून स्वतःचा शोध घ्यायचा असेल आणि स्वतःला समजून घ्यायचे असेल, तर तिने पारंपरिक चाकोरीबद्ध कामाव्यतिरिक्त, स्वतःचे काहीतरी वेगळे असे रचनात्मक कार्य करणे आवश्यक आहे."

सुप्रसिद्ध अमेरिकन स्त्रीवादी लेखिका बेटी फ्रिडन हिने १९६३ साली लिहिलेल्या 'द फेमिनाइन मिस्टिक' या सुप्रसिद्ध पुस्तकातील हा संदेश. स्त्री-पुरुष भेदातील दरी कमी करण्याचं एक सरळ साधं सूत्र म्हणून जगभरात या संदेशाकडे पुढील पन्नास वर्षांत पाहिलं गेलं. केवळ मागासच नव्हे, तर प्रगत देशातही स्त्रीभोवती एक मोहमयी जाळं तयार केलं जातं. गरज असते; ते जाळं तोडण्याची, त्यातून बाहेर पडण्याची. मग आपल्या क्षमतेनुसार, स्व-आविष्कार करताना स्त्रीच्या ऊर्जेचा यथायोग्य वापर होतो, आणि आत्मविकसनाबरोबरच समाजोन्नतीचा मार्गही खुला होतो. जीवनातील विविध क्षेत्रांमध्ये अत्युच्च कामगिरी करणाऱ्या नोबेल विजेत्या स्त्रियांच्या चरित्रांचा अभ्यास केला की, या संदेशाची यथार्थता पटते.

जगात सर्वोच्च समजले जाणारे नोबेल पुरस्कार १९०१ सालापासून दिले जातात. तेव्हापासून आजवर (डिसेंबर, २०११पर्यंत) एकूण ८२६ व्यक्ती (त्यांना एकूण पुरस्कार ८३०) आणि २० संस्थांना हे पुरस्कार मिळालेले आहेत. त्यातील स्त्रियांची संख्या केवळ ४३ आहे (त्यांना एकूण पुरस्कार ४४). १९०३ साली फ्रान्समधील संशोधिका 'मेरी क्यूरी' हिला भौतिकशास्त्रातील नोबेल पुरस्कार मिळाला. नोबेल पुरस्कार मिळविणारी ती पहिली महिला. त्यानंतर शतकभरात म्हणजे २००० सालापर्यंत विविध विभागांत केवळ ३० स्त्रियांनाच नोबेल मिळाले. हे प्रमाण पुरुषांनी मिळविलेल्या नोबेल पुरस्काराच्या तुलनेत ४.२९ टक्के आहे. पण २००० सालानंतरच्या दशकात मात्र चौदा स्त्रियांना हा पुरस्कार मिळाला, आणि त्यांचे प्रमाण १०.७७ टक्के झाले. स्त्रियांना योग्य संधी दिली की, त्यांच्या कर्तबगारीला धुमारे फुटतात, याचेच हे उदाहरण. अर्थात कोणत्याही स्त्रीने नोबेल मिळावे म्हणून कार्य केले नाही. पण त्यांची वाढती संख्या आणि त्यांच्या कर्तबगारीचा प्रवास पुढील पिढीतील तरुण-तरुणींना स्फूर्तिदायी

ठरतो, हे मात्र निश्चित!

नोबेल विजेत्या स्त्रियांच्या चरित्रांचा अभ्यास केला असता अनेक बाबी समोर येतात. गेल्या शंभर वर्षांमागे जगामध्ये होत जाणाऱ्या सामाजिक, सांस्कृतिक, राजकीय स्थित्यंतरांमध्ये स्त्रियांचा वाढत जाणारा सहभाग हा त्यातील एक अत्यंत महत्त्वाचा घटक.

नोबेल पुरस्कार

विभाग	कालावधी (१९०१ – २०११)		
	एकूण	स्त्रिया	स्त्रिया (टक्के)
रसायनशास्त्र	१६१	४	२.४८
भौतिकशास्त्र	१९२	२	१.०४
शरीरविज्ञान / वैद्यकीय	१९९	१०	५.०३
साहित्य	१०८	१२	११.११
शांतता (संस्था वगळून)	१०१	१५	१४.८५
अर्थशास्त्र	६९	१	१.४५
एकूण	८३० (८२६)	४४ (४३)	५.३०

विभाग	कालावधी (२००१ – २०११)		
	एकूण	स्त्रिया	स्त्रिया (टक्के)
रसायनशास्त्र	२६	१	३.८५
भौतिकशास्त्र	३०	०	०.००
शरीरविज्ञान / वैद्यकीय	२७	४	१४.८१
साहित्य	११	३	२७.२७
शांतता (संस्था वगळून)	१३	५	३८.४६
अर्थशास्त्र	२३	१	४.३५
एकूण	१३०	१४	१०.७७

दुसऱ्या सहस्रकात नोबेल मिळविणाऱ्या स्त्रियांच्या संख्येत वाढ झाली आहे. त्याचप्रमाणे स्त्रियांना मिळणाऱ्या नोबेल पुरस्कारांच्या बाबतीत अनेक विक्रमी घटना घडल्या आहेत.

२००३ साली प्रथमच एका मुस्लीम स्त्रीला नोबेल मिळाले. इराण देशातील शिरिन इबादी ही ती स्त्री. २००४ साली विविध विभागांत तीन स्त्रियांना नोबेल मिळाले. ही तर एक अभूतपूर्व घटना. पण त्यापाठोपाठ पुढे २००९ साली एकदम पाच स्त्रियांना नोबेल पुरस्कार मिळाला आणि याआधीचा विक्रम मोडला गेला. त्याच वर्षीच्या पुरस्कारांमध्ये अमेरिकेची एलिनॉर ऑस्ट्रॉम ही अर्थशास्त्र या विभागात नोबेल मिळविणारी पहिली स्त्री ठरली. २०११ साली एकदम तीन स्त्रियांना एकत्र शांततेचा नोबेल पुरस्कार मिळाला. आफ्रिकेतील लायबेरिया देशातील एलेन सरलिफ, लेमा बोवी आणि येमेनमधील तवक्कुल करमान या त्या तीन स्त्रिया. आधीच्या शतकात अमेरिका, ब्रिटन, फ्रान्स, जर्मनी या पाश्चात्त्य देशांमधील स्त्रियांचा नोबेल पुरस्कारांच्या यादीत समावेश होता. पण आता पुढील सहस्रकांत केनिया, इराण, इस्रायल, लायबेरिया, येमेन या देशांमधील स्त्रियांचासुद्धा या यादीत समावेश झालेला आहे.

पण या घटना अशा अचानक किंवा एकाएकी घडलेल्या नाहीत. मुळात नोबेल पारितोषिकाचे निकष अत्यंत उच्च दर्जाच्या पातळीवरचे आहेत. केवळ व्यक्तीच्या कर्तृत्वाचा ठसा समाजावर उमटणे इतक्या मर्यादेपर्यंतच त्याचा आवाका नाही. व्यक्तीच्या कामामुळे काही मूलभूत परिवर्तन झाले आहे का? काही वेगळ्या सिद्धान्त, नीती, नियम यांची मांडणी झाली आहे का? आणि त्याचा समाजाच्या भल्यासाठी उपयोग होत आहे का? या अनुषंगाने व्यक्तीच्या कामाचा विचार केला जातो. समस्यांची समाधानकारक उत्तरे मिळणे, विचारांमध्ये आधुनिकता येणे, समतेच्या तत्त्वावर सामाजिक स्तर उंचावणे आणि या साऱ्यांना विश्वबंधुत्वाची, सख्यत्वाची जोड असणे, असे सर्वंकष निकष लावून ही पारितोषिके दिली जातात. हे जरी खरं असलं, तरी ज्या व्यक्तीला पुरस्काराचे आभूषण प्राप्त होते. त्या आभूषणालाच भूषण लाभावे, अशी नोबेल विजेत्या व्यक्तीची कर्तबगारी असते. हेही तितकचं खरं! दुसऱ्या सहस्रकात नोबेल विजेत्या स्त्रियांची संख्या वाढली आहे असं आपण म्हणतो, पण त्यापाठीमागे गेल्या शतकभरातील स्त्रियांच्या कामाचा तपश्चर्येचे बळ अस्तित्वात आहे. हा मुद्दा लक्षात घेण्यासारखा आहे. मागील शतकांतील स्त्रियांनी दाखवलेल्या धाडसातच या शतकातील स्त्रियांच्या प्रेरणांचा उगम दडलेला आहे. त्यांनी विपरित परिस्थितीत टाकलेली चार पावले, हे तर आजच्या स्त्रियांसाठीचे पथदर्शक दिवे! तेथून पुढे मार्गक्रमण करत असताना त्यांना परिस्थिती बदलण्याचे सामर्थ्य मिळत गेले. मागच्या शतकात केवळ तीस स्त्रियांना

नोबेल मिळाले, तर या शतकातील पहिल्याच दशकातच चौदा स्त्रियांना हा सन्मान प्राप्त झाला. यातून सर्वांत मोठा लाभ असा की, 'हो, तिला जमते आहे.' असा विश्वास स्त्रीच्या बाबतीत निर्माण होईल आणि यातून दुय्यमपणाची भावना कमी होण्यास हातभार लागेल.

दुसऱ्या सहस्रकातील नोबेल विजेत्या स्त्रियांच्या मुलाखतींचा अभ्यास केला असता, अनेक मुद्दे निदर्शनास येतात. 'मी स्त्री आहे म्हणून मी केलेलं काम अवघड आहे, काही वेगळं आहे असं समजण्याचं कारण नाही.' असं रायबोसोम्सचे रचना आणि कार्य यांच्याविषयी संशोधन करणारी इस्त्रायलची संशोधिका 'अदा योनॅथ' म्हणते. तिला २००९ साली रसायनशास्त्राचा नोबेल पुरस्कार मिळाला. परंतु मागच्या शतकात सुमारे शंभर वर्षांपूर्वी रसायनशास्त्राचा नोबेल पुरस्कार (१९११ साली) मिळविणारी 'मेरी क्यूरी'सुद्धा दरवेळी नम्रपणे हेच विचार मांडत असे. खरंतर फ्रान्स देशातील पॅरिसमधील जुन्या प्रतिष्ठित 'फ्रेंच ॲकॅडमी ऑफ सायन्स' या संस्थेमध्ये तिला केवळ स्त्री आहे म्हणून साधे सदस्यत्वही मिळाले नव्हते. स्त्री-पुरुष असमानता त्या वेळी पाश्चात्त्य देशातही अस्तित्वात होती, याचेच हे उदाहरण. पुन्हा शतकभरानंतर पॅरिसमधीलच सुप्रसिद्ध पाश्चात्त्य इन्स्टिट्यूटमध्ये एड्सच्या विषाणूची संशोधिका 'फ्रांस्वाज सिन्नूसी' हिला व्हायरॉलॉजी शाखेची संचालिका म्हणून नेमण्यात आले. स्त्रियांच्या वैज्ञानिक क्षमतेवर विश्वास निर्माण होण्यासाठी शंभर वर्षांचा कालावधी जावा लागला. अर्थात मागील शतकातील वैज्ञानिक क्षेत्रात काम करणाऱ्या स्त्रियांनी याबाबत कोणतीही कटुता बाळगली नाही. कोणत्याही संशोधनात करावे लागणारे हजारो प्रयोग, त्यासाठी करावे लागणारे अतोनात परिश्रम, यश-अपयशाची सतत हुलकावणी हे पेलण्यासाठी पराकोटीची सहनशीलता लागते. यामुळे वैज्ञानिक क्षेत्रात काम करणाऱ्या स्त्रियांना स्त्री-पुरुष भेदाचे कंगोरे जाणवत नसतील किंवा कर्तबगारीची उंच शिखरे गाठताना या अशा अडचणी तळाशीच राहत असतील. पण तरीही वैज्ञानिक क्षेत्रात स्त्रियांना दुय्यम स्थान होते, हे मान्य करावे लागेल.

'टेलोमरेज' या विकराची संशोधिका, अमेरिकेची कॅरोल ग्रेडर एक वेगळी थिअरी मांडते. तिच्या मते कोणत्याही संशोधनाच्या क्षेत्रात 'फाउंडर इफेक्ट' अस्तित्वात असतो. एखाद्या मूलभूत संशोधनाची सुरुवात पुरुष करतो का स्त्री करते, त्यावरूनच त्यात पुढे काम करणाऱ्या स्त्री अथवा पुरुषाची संख्या ठरते. जसे की आज 'जनुकशास्त्रात' काम करणाऱ्या स्त्रियांची संख्या पुरुषांपेक्षा जास्त आहे. याचं कारण डॉ. बार्बरा मॅक्लिंटॉक या नोबेल विजेत्या स्त्रीने यातील संशोधनाचा पाया रचला आणि मग याच विषयातील संशोधनात काम करणाऱ्या स्त्रियांची संख्या वाढली. एखाद्या प्रयोगशाळेचा संचालक पुरुष असेल, तर तो सहायक

म्हणून पुरुष संशोधकांचीच निवड करतो. याचं कारण केवळ 'कम्फर्ट लेव्हल' हे असतं. कॅरोलचा हा 'फाउंडर इफेक्ट' मान्य केला, तर पुढील पिढीतील स्त्रियांना आता विज्ञानाच्या विविध शाखा संशोधनासाठी खुल्या आहेत, असं म्हणावयास हरकत नाही. कारण गेल्या शतकात अनेक संशोधक स्त्रियांनी विविध विषयांमध्ये संशोधनाचा पाया रचला आहे.

शांततेचे नोबेल मिळविणाऱ्या इराण, केनिया, लायबेरिया, येमेन या देशांमधील स्त्रियांची कामगिरी, तर या सहस्त्रकातील एक चमत्कारच ठरावा. लायबेरियाची पहिली महिला राष्ट्राध्यक्ष 'एलेन सरलिफ' हिने तेथील आधीच्या जुलमी हुकूमशाही राजवटीच्या विरोधात लढा दिला. तोही लोकशाही मार्गांनी आणि त्यात ती यशस्वी झाली. त्याच देशातील 'लीमा बोवी'नेसुद्धा अहिंसक पद्धतीने शासनकर्त्यांच्या विरोधात लढा दिला. लायबेरियातील सामान्य महिलांचा सहभाग हे तिच्या लढ्याचे वैशिष्ट्य. २०११ सालचे शांततेचे नोबेल मिळविणारी येमेनची 'तवक्कुल करमान' ही सगळ्यात तरुण नोबेल विजेती स्त्री. एखाद्या स्त्रीने देशातील सर्व जनतेला सहभागी करून सत्ताधीशांविरुद्ध बंड करणे, ही येमेनसारख्या मुस्लीम देशातील नव्हे, तर जगाच्या इतिहासातील एक क्रांतीकारक घटना. राजकीय आणि सामाजिक परिवर्तनाच्या नेतृत्वाची धुरा स्त्रिया समर्थपणे पेलू शकतात याचा आदर्शच या घटनेमुळे समाजापुढे ठेवला गेला. दुसऱ्या सहस्त्रकाची सुरुवात या आणि अशा अनेक नव्या घडामोडींनी भरलेली आणि भारलेली आहे.

'जगात लोकशाही आणि शांतता आणायची असेल, तर स्त्रियांना संधी देणं आवश्यक आहे.' असे उद्‌गार नोबेलचे शांतता समितीचे सदस्य आणि नॉर्वेचे माजी पंतप्रधान थॉबॉर्न जगलँड यांनी २०११ सालचा नोबेल पुरस्कार जाहीर झाल्यावर काढले. 'यावर्षी तीन स्त्रियांना एकदम शांततेचे नोबेल मिळते आहे, ही भावी पिढीतील स्त्रियांना 'ग्रीन सिग्नल' मिळाल्याची खूण आहे.' असे ते म्हणाले. स्त्रियांच्या कर्तबगारीवर असा विश्वास व्यक्त होत असेल, तर स्त्रियाच या सहस्त्रकात परिवर्तनाच्या शिलेदार ठरतील हे निश्चित!

जीवनाच्या विविध क्षेत्रांमध्ये कर्तृत्व गाजविणाऱ्या या स्त्रियांच्या चरित्रांकडे पाहिले की काय जाणवते? त्यांच्यामध्ये संवेदनशीलता आहे, पण निष्फळ हळवेपणा नाही. विनम्रता आहे पण दुबळेपणा नाही. सहन करण्याची शक्ती आहे आणि अन्यायाचा प्रतिकार करण्याची ताकद आहे. संघर्ष करण्याचं सामर्थ्य आहे आणि सद्‌गुणांना स्वीकारण्याचं उमदेपण ही आहे. या स्त्रिया माणूस म्हणून थोर आहेतच. आणि स्त्रीत्वामुळे त्यांच्या थोरपणाला विश्व वात्सल्याचं वलय ही लाभलेलं आहे!

नोबेल पुरस्कार मिळविणाऱ्या स्त्रिया

भौतिकशास्त्र

- मेरी क्यूरी – १९०३ (पोलंड, फ्रान्स)
- मारिया गोपर्ट मायर – १९६३
(जर्मनी, आता पोलंडचा भाग)

भौतिक / रसायन

रसायनशास्त्र

- मेरी क्यूरी – १९११ (पोलंड, फ्रान्स)
- आयरिन जोलिएट क्यूरी – १९३५ (फ्रान्स)
- डोरोथी क्रोफुट हॉजकीन – १९६४ (ब्रिटन)
- अदा योनॅथ – २००९ (इस्रायल)

शरीरविज्ञान / वैद्यकीय

- गर्टी कोरी – १९४७ (ऑस्ट्रिया)
- रोझालिन सुसमॅन यॅलो – १९७७ (अमेरिका)
- बार्बरा मॅक्लिंटॉक – १९८३ (अमेरिका)
- रिटा लेव्ही मॉटॅलसिनी – १९८६ (इटली)
- गर्ट्रुड इलियन – १९८८ (अमेरिका)
- क्रिस्टिन नसलीन व्होलार्ड – १९९५ (जर्मनी)
- लिंडा बक – २००४ (अमेरिका)
- फ्रांस्वाज बारे सिन्नूसी – २००८ (अमेरिका)
- एलिझाबेथ ब्लॅकबर्न – २००९
(ऑस्ट्रेलिया, अमेरिका)
- कॅरोल ग्रेडर – २००९ (अमेरिका)

वैद्यकीय

साहित्य

- सेलमा लॅगरलॉफ – १९०९ (स्वीडन)
- ग्रॅझिया डेलेडा – १९२६ (इटली)
- सिग्रिड अंडसेट – १९२८ (नॉर्वे)
- पर्ल बक – १९३८ (अमेरिका)
- गॅब्रिएला मिस्त्राल – १९४५ (चिली)
- नेली सॅक्स – १९६६ (जर्मनी)
- नॅडिन गॉर्डिमेर – १९९१ (साउथ आफ्रिका)
- टॉनी मॉरिसन – १९९३ (अमेरिका)
- विस्लावा झिंबॉरस्का – १९९६ (पोलंड)
- एल्फ्रिड येलिनेक – २००४ (ऑस्ट्रिया)
- डॉरिस लेसिंग – २००७ (इंग्लंड)
- हॅर्टा म्यूलर – २००९ (जर्मनी, ऑस्ट्रिया)

साहित्य

शांतता

- बार्था व्हॉन सुत्नेर – १९०५ (ऑस्ट्रिया)
- जेन ॲडम्स – १९३१ (अमेरिका)
- एमिली ग्रीन बाल्च – १९४६ (अमेरिका)
- बेटी विल्यम्स – १९७६ (आयर्लंड)
- मेयरिड कॉरिगन – १९७६ (आयर्लंड)
- मदर तेरेसा – १९७९ (मॅसाडोनिया, भारत)
- अल्वा मिरडॅल – १९८२ (स्वीडन)
- आँग सॅन स्यू की – १९९१ (म्यानमार)
- रिगोबर्टा मेंच तुम – १९९२ (ग्वाटेमाला)
- जॉडी विल्यम्स – १९९७ (अमेरिका)
- शिरिन इबादी – २००३ (इराण)
- वॅंगरी मथाई – २००४ (केनिया)
- एलेन जॉन्सन सरलिफ – २०११ (लायबेरिया)
- लीमा बोवी – २०११ (लायबेरिया)
- तवक्कुल करमान – २०११ (येमेन)

शांतता

अर्थशास्त्र

- एलिनॉर ऑस्ट्रॉम – २००९ (अमेरिका)

अर्थशास्त्र

अनुक्रम

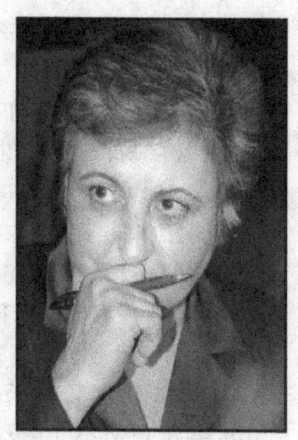

इराणी शांतिदूत
शिरिन इबादी
(Shirin Ebadi)

देश – इराण
जन्म – २ जून, १९४७
नोबेल पुरस्कार – शांतता (२००३)

''पृथ्वीवरील सारी माणसे एकमेकांना जोडलेल्या एकाच मूळ ईश्वरी तत्त्वाच्या शाखा आहेत. त्यांतील एका जरी शाखेवर काही संकट आले किंवा बाधा उत्पन्न झाली, तर बाकीच्या इतर शाखाही अस्वस्थ होतात.'' इराणमधील श्रेष्ठ प्राचीन संत कवी सादीच्या या ओळी उद्धृत करून शिरिन इबादी पुढे म्हणाली, ''मी मुसलमान आहे. या धर्माचं 'अध्ययन करा!' हा धर्मोपदेश कुराणमध्येच लिहिलेला आहे. अध्ययन करणे, हा उपदेशच इतका व्यापक आणि प्रगमनशील आहे. त्यात सतर्कता, ज्ञानार्जन, माहितीसंपादन, बुद्धीचा वापर, अभिव्यक्ती स्वातंत्र्य, सांस्कृतिक अभिसरण या सगळ्याच गोष्टींचा समावेश होतो.''

शिरिन इबादी ही इराणची पहिली व्यक्ती आणि पहिली महिला जिला 'शांततेचा नोबेल पुरस्कार' मिळाला. तिला मिळालेल्या या पुरस्काराने जगभरातील सगळ्या मुस्लीम स्त्रियांचा गौरव झाला. अर्थात कोणत्याही स्त्रीला मिळालेला पुरस्कार समस्त स्त्रीवर्गासाठीच गौरवास्पद असतो. परंतु शिरिनला मिळालेला पुरस्कार हा 'कडव्या देशातील, जिथे स्त्रियांच्या संचारालाही मर्यादा असते', तेथील एका स्त्रीला मिळाला म्हणून त्याचे महत्त्व वेगळे!

कट्टर धार्मिक तत्त्वे पाळणारा देश अशी आजच्या आधुनिक काळातील इराणची प्रतिमा असली, तरी या देशाला प्राचीन प्रगत परंपरेचा इतिहास आहे. पश्चिमेला इराक तर पूर्वेला अफगाणिस्तान, पाकिस्तान, तुर्कमेनिस्तान, उत्तरेला कॅस्पियन समुद्र आणि खाली दक्षिणेला पर्शियन गल्फ या साऱ्यांनी वेढलेला इराण हा देश. इ.स. पूर्व ३५०० सालापासून तेथे मानवी संस्कृती अस्तित्वात होती. मुबलक पाणी आणि नैसर्गिक खनिज संपत्ती असलेला हा देश समृद्ध होता. इराक, पाकिस्तान, आखातातील काही देश, इजिप्त यांसारख्या देशांवर त्यांचा अंमल होता. पश्चिमेस युरोपच्या हद्दीपर्यंत आणि पूर्वेकडे भारताच्या हद्दीपर्यंतचा भूभाग त्यांनी ताब्यात घेतला होता. इराणला प्राचीन काळातील 'महाशक्ती' (Super Power) असलेला देश मानले जाते, ते यामुळेच! इ.स. पूर्व सहाव्या शतकात झरतुष्ट्र या संताने पर्शियन धर्मसंस्कृतीतील सूत्रे काव्यस्वरूपात लिहिली. 'अवेस्टा' हा त्याने लिहिलेला धार्मिक ग्रंथ आजही प्रमाण मानला जातो. इसवी सनानंतर हजार-बाराशे वर्षांपर्यंत इराणची प्रगतीच होत गेली. गणित, अभियांत्रिकी, खगोलशास्त्रज्ञ, वैद्यकीय क्षेत्रांत पर्शियन लोकांचा नावलौकिक होता. तेथील पूर्वीच्या सत्ताधीशांनी ग्रंथप्रामाण्यावर भर न देता स्वानुभव व ज्ञानाच्या कसावर प्रत्येक गोष्ट पारखून घेण्याची संधी दिली. अभिव्यक्ती स्वातंत्र्यामुळेच संस्कृती प्रवाही होते. मग तिच्या मार्गातील आणि आसपासच्या परिसरातील असंख्य घटक तिला संपृक्त करतात, याचा अनेक वेळा पडताळा येतो.

प्राचीन धर्म आणि आधुनिक विज्ञान यांचे मूळ अधिष्ठान म्हणजे आचार-विचार आणि उच्चार स्वातंत्र्य. मात्र स्वातंत्र्यातून स्वैराचार जन्माला येईल, या भयगंडाने पछाडलेले काही कडवे लोक माणसाच्या अभिव्यक्तींवरच घाला घालतात. दुर्दैवाने निरपराधांवर अन्याय व प्रगतीचे खुंटलेपण हीच याची फलिते असतात.

जगातील एकूण लोकसंख्येपैकी स्त्रियांचे प्रमाण जवळजवळ निम्मे आहे. सामाजिक, आर्थिक, वैज्ञानिक, राजकीय अशा कोणत्याही पातळीवर त्यांच्या सामिलीकरणाची प्रक्रिया घडत नसल्यामुळे खरे तर जगाचे नुकसानच होत आहे. विकसित आणि काही विकसनशील देशांमध्ये आता स्थित्यंतरे घडतही आहेत. पण काही कट्टर धार्मिक देशांमध्ये मात्र महिलाधिकार अजूनही कुंठितावस्थेत आहेत. म्हणूनच स्त्रीहक्क व मानवाधिकार यांच्यासाठी धैर्याने लढणाऱ्या इराणच्या शिरिन यांच्या कार्याचे महत्त्व खूप वेगळे आहे.

तिचा जन्म २ जून, १९४७ रोजी हमिदान येथे झाला. तिचे कुटुंबीय उच्चशिक्षित आणि सुसंस्कृत होते. तिच्या जन्माच्या वेळी हमिदान येथील नोंदणी कार्यालयात प्रमुख पदावर असलेले तिचे वडील मोहम्मद अली इबादी पुढे विधी महाविद्यालयात प्राध्यापक म्हणून रुजू झाले. त्यांनी कायद्यासंबंधात अनेक पुस्तकेही लिहिली.

शिरिन एक वर्षाची असताना इबादी कुटुंबीय हमिदानहून इराणची राजधानी तेहरान येथे आले. तेथील 'फिरोजकुटी' या शाळेत प्राथमिक शिक्षण घेतल्यावर तिने 'रेझा शहा कबीर' या शाळेतून माध्यमिक शिक्षण पूर्ण केले. पुढे १९६५ साली ती कायदेविषयक अभ्यासासाठी तेहरान विद्यापीठात दाखल झाली. हा अभ्यासक्रम साडेतीन वर्षांत पूर्ण करून तिने न्यायाधीश पदासाठी प्रवेश परीक्षा दिली. सहा महिन्यांच्या प्रशिक्षणानंतर मार्च, १९६९ साली ती न्यायाधीशही झाली. इराणसारख्या देशात महिलेने न्यायाधीश होणे, ही एक अतर्क्य वाटणारी घटना तिने प्रत्यक्षात आणली. इराणमधील पहिली महिला न्यायाधीश म्हणून सर्वत्र तिचा गौरव जरी झाला तरी तेथील मूलतत्त्ववाद्यांमध्ये अस्वस्थता पसरली होती.

पॅरिसला सदिच्छा भेट

उपजत बुद्धीच्या साहाय्याने व कष्टाने कायद्याचे शिक्षण पूर्ण करणे वेगळे आणि प्रत्यक्ष कट्टर, उग्र धर्मवादी लोकांच्या देशात न्यायाधीशपद समर्थपणे तोलणे वेगळे! शिरिनमध्ये ज्ञान आणि धैर्य या दोन्हींचा संगम असल्यामुळे तिला ते पेलता आले.

सुमारे १९७१पासून इराणमधील कायदेखात्यात तिने वेगवेगळी पदे भूषविली आणि १९७५ साली ती न्यायासनाची अध्यक्ष झाली. नोकरी करीत असताना तिने कायदेसंबंधात तेहरान विद्यापीठाची पीएच.डी.सुद्धा मिळविली. जवळजवळ चार-साडेचार वर्षे ती तेहरान येथील कोर्टात न्यायाधीशपदी होती. पुढे १९७९च्या सुमारास इराणमध्ये पुन्हा मूलतत्त्ववाद्यांनी आक्रमक पवित्रा घेतला. बरीच राजकीय उलथापालथ झाल्यानंतर तेथे अनेक फतवे काढले गेले. धर्माच्या नावाची ढाल पुढे करून उग्रवादी लोकांनी शासनास अनेक घटना मान्य करण्यास भाग पाडले. याच उलथापालथीत कोर्टातील सर्व महिला न्यायाधीशांना राजीनामा द्यावा लागला. आता त्या सर्व स्त्रियांना कोर्टात कारकून पदावर काम करावे लागत होते. दुर्दैवाने शिरिन ज्या कोर्टात न्यायाधीशपदी होती, तेथील कार्यालयातच तिला कारकुनी करावी लागली. सर्व महिलांनी या घटनेचा जोरदार निषेध केला. उच्च शिक्षण घेऊन उच्चपदी पोहोचलेल्या स्त्रियांना पदावनतीचा फटका बसल्यामुळे सर्वच स्त्रिया शिरिनच्या नेतृत्वाखाली या निषेधात सामील झाल्या. अहिंसक मार्गांनी केलेले त्यांचे आंदोलन अखेर यशस्वी झाले. तरीसुद्धा शासनाने त्यांची न्यायाधीशपदी नेमणूक न करता त्यांना कायदाखात्यात 'एक्स्पर्ट्स' म्हणून नेमले. हे काम काही काळ केल्यानंतर मात्र शिरिनने निवृत्त

नोबेल पारितोषिक स्वीकारताना शिरिन

व्हायचे ठरवले. स्वाभिमानी शिरिनने वकिलीचा स्वतंत्र व्यवसाय करायचे ठरवले. त्यासाठी तिने अर्जही दाखल केला. परंतु त्या सुमारास अनेक राजकीय घडामोडींमुळे कोर्ट कित्येक वर्षे बंदच होते. सर्व स्थिरस्थावर झाल्यावर अखेर १९९२च्या सुमारास तिला वकिली करण्याचा परवाना मिळाला.

दरम्यानच्या काळात तिने अनेक पुस्तके लिहिली. कायदाविषयक, बालहक्क- संरक्षणविषयक, त्याच- प्रमाणे स्त्रीहक्क आणि मानवी हक्कसंबंधात अनेक लेख लिहिले.

व्याख्याने आणि खाजगी शिकवणींच्या द्वारे लोकांना ती न्याय, समता, स्वातंत्र्य यांचे महत्त्व पटवून देऊ लागली. स्त्रीहक्क आणि बालहक्क यांच्या कायद्यांविषयी तिने इतर अनेक राष्ट्रीय कायद्यांचा अभ्यास केला. तशाच प्रकारचे कायदे आपल्या देशात अस्तित्वात आणण्यासाठी काय करता येईल, याच्या योजना तिने या रजेच्या काळात तयार केल्या.

पुढे खासगी व्यवसायाचा परवाना मिळाल्यानंतर तिने कोर्टात अनेक महत्त्वाच्या केसेस हाताळल्या. सरकारच्या दबावतंत्राला बळी न पडणाऱ्या धाडसी पत्रकारांच्या, त्याचप्रमाणे फोटोजर्नालिस्ट म्हणून काम करणाऱ्या युवकांच्या खुनाचे आळ असणाऱ्या निरपराध नागरिकांच्या केसेस ती आपणहून स्वीकारत असे. सनातनी आणि प्रतिगामी विचारसरणी असलेल्या इराणसारख्या देशात असे धैर्य दाखविण्याला कमालीचे मानसिक बळ लागते. पुरुषसत्ताक आणि पुरुषकेंद्री समाजरचना ही आपल्या धर्मात कोठेही प्रमाण मानलेली नाही, असे ती स्पष्टपणे लोकांना सांगते. स्वत:च्या देशाचा आणि धर्माचा यथायोग्य अभिमान बाळगूनच ती असे वक्तव्य करते. काही मूठभर उग्र धर्मवादी लोक आपले विचार दुसऱ्यांवर लादताना धर्माचा उपयोग करून घेतात. धर्माचा शस्त्रासारखा वापर करणाऱ्या लोकांना हे विचार पटवून देणे, तेही एका स्त्रीने– हीच एक मुळात आश्चर्यकारक घटना आहे. जागतिकीकरणाच्या प्रभावामुळे अनेक देशांमध्ये स्थित्यंतरे होत आहेत हे खरे असले, तरी ज्या परिस्थितीत आणि वातावरणात शिरिनने मानवी हक्काधिकाराविषयी प्रयत्न केले, ते खरोखरच कौतुकास पात्र आहेत.

'असोसिएशन फॉर सपोर्ट ऑफ चिल्ड्रन्स राइट्स' ही मुलांच्या हक्कांचे संरक्षण करणारी संस्था तिने तेहरानमध्ये १९९५ साली स्थापन केली. हक्क संरक्षणविषयक एक अभ्यासक्रम तयार करून त्याद्वारे तिने अनेकांना शिक्षण दिले. मुलांच्या सगळ्या प्रकारच्या हिंसा, मारणे, जबरदस्तीने कामाला लावणे, अंगमेहनतीची कामे करून घेणे, कमी वेतनावर काम करून घेणे, शारीरिक, लैंगिक छळ करणे, अल्पवयातच लग्न लावून देणे, शालेय शिक्षणापासून वंचित ठेवणे यांना कायद्याने बंदी करण्यासाठी तिने अत्यंत आग्रही भूमिका घेतली. अखेर शासनाने मानवी हक्क व बालहक्कविषयक कायदा संमत केला.

इराणमध्ये २००० साली विचारवंत, लेखक, प्राध्यापक यांच्या हत्याकांडाचे सत्र झाले, त्या वेळी शिरिनने न्यायालयात त्यांच्या कुटुंबीयांच्या बाजूने धैर्याने लढा दिला. या हत्याकांडानंतर तिने स्वीकारलेल्या धोरणामुळे तिला अटक करण्यात आली आणि तिला कैदेची शिक्षाही झाली. तरीसुद्धा पुढेही अनेक वेळा निरपराध लोकांचे प्रतिनिधित्व करण्यास तिने कधीच नकार दिला नाही.

युनिसेफच्या इराणमधील अनेक प्रकल्पांचे तिने आयोजन केले. फ्रान्स, बेल्जियम, स्वीडन, स्वित्झर्लंड, इंग्लंड, अमेरिका यांसारख्या अनेक पाश्चिमात्य देशांमध्ये तिने मानवी हक्कांच्या संदर्भात व्याख्याने दिली. पुढे २००१ साली तिने तेहरानमध्ये 'ह्यूमन राईट्स डिफेन्स सेंटर' स्थापन केले. कोठेही घडणाऱ्या मानवी हक्कभंगाच्या घटनेची दखल घेणे आणि योग्य तो निर्णय घेऊन निरपराध लोकांना मदत करणे, त्याचप्रमाणे शासनालाही कारवाई करण्यास उद्युक्त करणे, यांसारखी कामे ती या संस्थेद्वारे करते.

''धर्माच्या नावाखाली अन्याय करणे म्हणजेच धर्मभंग करणे.'' असे म्हणणाऱ्या शिरिनचा फोर्ब्ज मासिकाने जगातील शंभर शक्तिशाली स्त्रियांमध्ये समावेश केलेला आहे. कट्टर धर्मांधांशी लढा देताना तिने तिच्या अंतरात्म्याचा आवाज ऐकला. स्वातंत्र्याच्या प्रेरणेतूनच समतेचे महत्त्व जाणले आणि निरपराधी लोकांसाठी न्याय्य धोरण राबवताना धर्मामधील पाखंडत्व दूर करण्याचा प्रयत्न केला.

❧

पर्यावरणाची चर्या

वँगरी मुटा मथाई
(Wangari Muta Maathai)

देश – केनिया
जन्म – १ एप्रिल, १९४० मृत्यू – २५ सप्टेंबर, २०११
नोबेल पुरस्कार – शांतता (२००४)

''पन्नास वर्षांपूर्वी मी माझ्या घरापासून दूर असलेल्या एका शेताजवळील नदीवरून आईला पाणी आणून देत असे. त्या नदीचे ते खळाळणारे स्वच्छ पाणी, तिच्या किनाऱ्यावरील हिरवी वनराई, तेथे मनसोक्त खेळणारी लहान मुले... या दृश्याचा ठसा माझ्या मनावर कायमचा कोरला गेला होता. त्या वेळचे हे निसर्गसुंदर दृश्य आता मात्र लुप्त झालेले आहे. ते पुन्हा या भूमीवर प्रत्यक्षात आणणे, हे माझे स्वप्न आहे. काळ्या जमिनीशी हिरवे बंध जोडून पर्यावरणाचे संरक्षण करण्यास आपण सारे कटिबद्ध होऊ या.''

उंच धिप्पाड व्यक्तिमत्त्वाच्या पारंपरिक वेशभूषा आणि केशभूषा करून आलेल्या त्या कृष्णवर्णीय स्त्रीने आपल्या भाषणाचा असा समारोप करताच सभागृहातील लोकांनी टाळ्यांचा कडकडाट केला. सगळ्यांनीच उभे राहून तिला मानवंदना दिली. तुकतुकीत कृष्णकांती, चेहऱ्यावर बुद्धिमत्तेचे तेज आणि हास्यातून पाझरणारा वत्सलभाव! सभागृहातील आणि तो कार्यक्रम टीव्हीवरून बघणाऱ्या लाखो प्रेक्षकांची मने तिने आपल्या साध्या, सोप्या भाषणाने जिंकून घेतली होती.

वसुंधरेशी सख्यत्वाचे नाते जोडणारी ती स्त्री म्हणजे 'वँगरी मुटा मथाई'.

पर्यावरणाच्या रक्षणातूनच लोकशाही प्रसृत करणे आणि मानवाधिकाराची चळवळ जागृत ठेवणे यासाठी तिला २००४ साली 'शांततेचा नोबेल पुरस्कार' मिळाला. केनियातीलच नव्हे, तर सगळ्या आफ्रिका खंडातीलच लोकांच्या दृष्टीने हा अत्यंत गौरवास्पद क्षण. कारण नोबेल पुरस्कार मिळविणारी ती पहिली आफ्रिकन महिला! त्याआधी अनेक बाबतींमध्ये तिने या पहिलेपणाचा मान मिळविला. नोबेलसारखा सर्वोच्च पुरस्कार हा त्या सगळ्यांचा कळस.

केनियातील न्येयेरी जिल्ह्यातील 'इहिते' या एका छोट्याशा गावात १ एप्रिल, १९४० रोजी वँगरीचा जन्म झाला. माउंट केनियाच्या पायथ्याशी असलेला न्येयेरी हा विभाग आणि इहिते हे एक त्यातील निसर्गसुंदर गाव. नैसर्गिक जंगल संपत्तीचे वरदान या भागाला लाभलेले असले, तरी आधुनिक सुधारणांपासून दूर असलेल्या या गावात शिक्षणाची सोय यथातथाच होती. आजही आफ्रिका खंडातील अनेक देश मागासलेले आहेत; मग त्या वेळी, म्हणजे सुमारे चाळीसच्या दशकांत काय परिस्थिती असणार? इहिते या गावातच प्राथमिक शिक्षण पूर्ण केल्यानंतर वँगरीने 'लिमुरु' येथील सेंट लॉरेट हायस्कूलमध्ये माध्यमिक शिक्षणासाठी प्रवेश घेतला. त्या काळी प्राथमिक शिक्षण झाले की, मुलींना शाळेतून काढले जाई. कुटुंबातील मुलांची शिक्षणेच दुरापास्त असताना मुलींना शिक्षण कोठून मिळणार? फक्त काही सधन कुटुंबातील मुलांनाच शिक्षणाची संधी मिळे.

प्राथमिक व माध्यमिक शालेय शिक्षण घेत असतानाच वँगरीच्या हुशारीची चमक तेथील शिक्षकांना दिसून आली. विशेष करून वैज्ञानिक विषयात तिला खास रुची होती. तिचे विज्ञान विषयांचे शिक्षक तिला सतत प्रोत्साहन देत असत. सुदैवाने तिचे शालान्त शिक्षण पूर्ण होत असतानाच अमेरिकेच्या 'केनेडियन एअर लिफ्ट' या कार्यक्रमांतर्गत तिची निवड करण्यात आली. या कार्यक्रमाद्वारे तिला अमेरिकेत पुढील उच्च शिक्षणाची संधी प्राप्त होणार होती. 'जीवशास्त्र' या विषयातील पदवी घेण्यासाठी तिने १९६४ साली अमेरिकेतील कन्सास राज्यातील 'माउंट सेंट स्कॉलॅस्टिका कॉलेज'मध्ये (आत्ताचे बेनेडिक्टन कॉलेज) प्रवेश घेतला. तेथे बी.एस. ही पदवी घेतल्यानंतर तिने पेनसिल्वानिया येथील सेंट पीट्सबर्ग विद्यापीठात एम.एस. पूर्ण केले. वैज्ञानिक विषयात पदव्युत्तर पदवी मिळविणारी ती पहिली आफ्रिकन महिला. मास्टर्स डिग्री मिळवून १९६६ साली ती नैरोबीत परतली. साऱ्या केनियावासियांमध्ये ती आता परिचित झाली होती. मग नैरोबी येथील विद्यापीठात तिने पुढील उच्च शिक्षण घ्यायचे ठरवले आणि १९७१ साली तिने पशुवैद्यकशास्त्रात पीएच.डी. मिळविली. डॉक्टरेट मिळविणारी आफ्रिकेतील ती पहिली महिला ठरली. डॉक्टरेट मिळविल्यानंतर त्याच विद्यापीठात तिची साहाय्यक प्राध्यापकपदी नेमणूक झाली.'व्हेटरिनरि ॲनाटॉमी' (Veterinary

Anatomy) हा विषय ती तेथे शिकवू लागली. नैरोबी विद्यापीठातील ती पहिली प्राध्यापक महिला.

ज्या देशातील पुरुषांनाही इतके उच्च शिक्षण घेणे अत्यंत अवघड होते, त्या देशात वँगरी ज्ञान व कष्टाच्या जोरावर प्राध्यापिका झाली. तिचे हे कर्तृत्वच आफ्रिकेतील महिलांना प्रेरणादायी ठरले होते. त्यानंतर केनियातील अनेक कुटुंबीयांनी आपल्या मुलींना उच्च शिक्षणाची संधी प्राप्त करून दिली.

आपल्या ज्ञानाचा आणि या वेगळ्या कार्यकर्तृत्वाचा जराही अहंकार न बाळगणारी वँगरी केनियातील सर्वसामान्य लोकांमध्ये अतिशय मिळून मिसळून राहत असे. विशेषत: मुलींनी शिक्षण घ्यावे, असा तिचा नेहमी आग्रह असे. प्रखर बुद्धिमत्ता असलेली, अफाट कार्य करण्याची क्षमता असलेली वँगरी वैयक्तिक जीवनातसुद्धा आग्रही मताची स्त्रीवादी होती. १९६९ साली तिचा विवाह केनियातील राजकारणी वँगी मथाई यांच्याशी झाला. परंतु पुढे १९८० साली त्यांचा घटस्फोटही झाला. ती खूप प्रखर आणि उग्र स्त्रीवादी असल्यामुळे तिच्याशी जमणे कठीण आहे असे कोर्टात सांगून तिच्या पतीने घटस्फोट मिळविला. केनियातील आणि आफ्रिकेतील भूमीवर, लोकांवर प्रेम करणारी वँगरी तिच्या व्यक्तिगत वैवाहिक जीवनात वादळासम ठरली, हाही एक विरोधाभासच!

१९७५ साली तिची 'युनायटेड नेशन्स'च्या समितीवर केनियाची सदस्य म्हणून निवड झाली. केनियात महिला आयोग स्थापण्यासाठी तिने पुढाकार घेतला.

वँगरीच्या हरितपट्टा चळवळीची ठिकाणे

१९७६ साली हा आयोग स्थापून तिने स्त्रीविषयक प्रश्न हाताळण्यास सुरुवात केली. त्याच सुमारास 'मेक्सिको' येथे स्त्रीविषयक परिषदेचे युनायटेड नेशन्सतर्फे आयोजन करण्यात आले. अर्थात केनियाची महिला प्रतिनिधी म्हणून तिची निवड झालीच होती. या वेळी केनिया आणि आसपासच्या देशातील अनेक गरीब, निरक्षर स्त्रिया तिला भेटल्या. स्वत:चे अनेक प्रश्न आणि समस्या त्यांनी तिच्यासमोर मांडल्या. गरिबी, अज्ञान, निरक्षरता, कष्ट आणि पुन्हा गरिबी अशा वर्तुळात फिरणाऱ्या त्या स्त्रियांच्या समस्येचे मूळ 'ज्ञानाचा अभाव' हेच होते, असे तिला जाणवले. पैसे मिळविण्यासाठी त्या जंगलतोड करून लाकूडफाटा मिळवत. दिवसभर परिश्रम करून संध्याकाळी त्या लाकडे गोळा करून शहराकडे जाऊन विकत असत. नैसर्गिक जंगलसंपत्तीचा आपण नाश करत आहोत. पर्यायाने आपण आपल्याच पायावर कुऱ्हाड चालवत आहोत, याची त्यांना यत्किंचितही जाणीव नव्हती. वेगवेगळ्या प्रकारची झाडे लावून धनधान्य मिळवावे किंवा आपल्या घराजवळील जागेतच भाजीपाला, फळे-फुले पिकवावीत, हे त्या स्त्रियांच्या गावीही नव्हते. वँगरीची 'ग्रीन बेल्ट मूव्हमेंट'ची योजना या स्त्रियांच्या समस्येतच रुजली.

वँगरीचे 'ग्रीन बेल्ट मूव्हमेंट'वरील पुस्तक

जमिनीची योग्य मशागत करणे, छोटी झाडे लावणे, त्यांना खतपाणी देणे, त्यांच्यापासून स्वत:पुरते का होईना उत्पन्न मिळविणे, यासाठी तिने स्त्रियांसाठी खास प्रशिक्षण वर्ग सुरू केले. स्वत:च्या घराच्या परसात केवळ सात झाडे लावून तिने ही 'हरित पट्टा चळवळ' (ग्रीन बेल्ट मूव्हमेंट) चालू केली. तिच्या या चळवळीतून तिने आजवर तीन कोटी झाडांची लागवड केली आहे. संगणकासारखे आधुनिक तंत्रज्ञान वापरून जीआयएस (Geographical Information System) द्वारे ती या लावलेल्या झाडांची देखभाल करते. केवळ 'झाडे लावा' हे तिचे ध्येय नसून 'झाडे लावा, झाडे जगवा' हे तिचे ब्रीद आहे. अनेक निरक्षर स्त्रियांच्या आणि महिला गटांच्या साहाय्याने तिने ही चळवळ उभी केली. सुरुवातीला अनेकांनी तिची खिल्ली उडवली. झाडे लावण्याचे या महिलांना पुरेसे ज्ञान तरी आहे का, अशी विचारणा लोक करत. तिच्या या झाडे लावण्याच्या ध्येयाची 'वेडेपणा' असे म्हणून हेटाळणी होत असे. परंतु कालांतराने जेव्हा तिच्या या हरित चळवळीचे अनेक लाभ केनियातील कुटुंबीयांना मिळू लागले; तेव्हा मात्र आसपासच्या इथिओपिया,

झिंबाब्वे, टांझानिया, युगांडा या देशातील लोकांचेही तिच्या या चळवळीकडे लक्ष वेधले गेले. त्याच प्रकारची हरितक्रांती आपल्या देशात करण्यासाठी तिला इतर देशांकडून बोलावणी येऊ लागली. तिच्या 'हरित पट्टा चळवळी'चे मूळ आता केनियामध्ये चांगलेच रुजले आणि वाढले होते. केनियातील खेड्यापाड्यांमध्ये ही चळवळ मूळ धरून होती. परंतु नैरोबीसारख्या शहरात मात्र काँक्रिटीकरणाचे जंगल वाढत चालले होते.

१९८९च्या सुमारास नैरोबी येथील उहुरू पार्क (Uhuru Park) येथे साठ मजली व्यावसायिक इमारत उभारली जाणार होती. त्याकाळचे केनियाचे अध्यक्ष डॅनियल आर्प मोई यांच्या सहकाऱ्याचा तो प्रकल्प होता. वँगरीला हे जेव्हा समजले, तेव्हा तिने अनेक महिला गटांना घेऊन बांधकामाच्या जागी अहिंसक मार्गाने निदर्शने केली. प्रत्येकीने आपल्याबरोबर एक रोप आणले होते. बांधकामाच्या नियोजित जागी त्या रोपांची त्यांनी लागवड केली. मात्र शासनाने तेथे जमलेल्या लोकांवर हल्ला केला. त्या वेळी वँगरी गोळीबारात जखमी झाली. अनेक दिवस हॉस्पिटलमध्ये राहिल्यानंतर तिला कैद करण्यात आले. या वेळी केनियातील अनेक लोकांनी तिला पाठिंबा दर्शविला. अनेक वेळा मोर्चे काढण्यात आले. त्यानंतर तिची सुटका झाली.

वँगरीने लिहिलेले पुस्तक 'अनबोड'

तिची 'ग्रीन बेल्ट मूव्हमेंट'ची चळवळ आता जोर धरू लागली होती. आफ्रिकेतील जवळजवळ चाळीस देशांचा त्यात समावेश झाला. शासकीय तसेच बिगर शासकीय संस्थांनी ही चळवळ आपापल्या भागात राबवायला सुरुवात केली. आता ती चळवळ 'पॅन आफ्रिकन ग्रीन बेल्ट मूव्हमेंट' या नावाने ओळखली जाऊ लागली.

केनियातील राष्ट्रीय महिला आयोगाची अध्यक्ष या नात्याने तिने अनेक आफ्रिकन, त्याचप्रमाणे पाश्चात्त्य देशांतील महिला संघटनांना भेटी दिल्या. पर्यावरणाचे रक्षण करण्यातूनच स्त्रीविषयक प्रश्न कसे सुटतील, याचे योग्य मार्गदर्शन करणाऱ्या वँगरीला जगातील १०० नायिकांमध्ये स्थान मिळाले आहे.

लोकशाही, मानवाधिकार आणि पर्यावरण यांचा परस्परसंबंध आपल्या हरितपट्टा चळवळीच्या कार्यातूनच रुजविणाऱ्या वँगरीची केनियाची पर्यावरणमंत्री म्हणून नेमणूक झाली आहे. डिसेंबर, २००२मध्ये झालेल्या निवडणुकीत ती टेटू या

मतदारसंघातून उमेदवार म्हणून उभी होती. त्या वेळी तिला लोकांनी ९८ टक्के बहुमताने निवडून दिले. यावरूनच तिच्या लोकप्रियतेची प्रचिती येते. १९८३ ते २००७पर्यंत तिला अनेक आंतरराष्ट्रीय पुरस्कार मिळाले. विल्सन कॉलेज, अमेरिका (१९९०), हॉबर्ट अ‍ॅन्ड विल्यम स्मिथ कॉलेज (१९९४), नॉर्वे विद्यापीठ (१९९७), येल विद्यापीठ (२००४) अशा ख्यातनाम विद्यापीठांची तिला 'डॉक्टरेट' ही मानाची पदवी मिळाली.

नोबेल पुरस्कार स्वीकारताना वँगरी

केवळ सात झाडे लावून आपली 'हरित पट्टा चळवळ' सुरू करणाऱ्या वँगरीने आजवर तीन कोटी झाडे लावून, जगवून आपल्या देशाची आणि आसपासच्या परिसरातील भूमी हरित केली आहे. या चळवळीत अनेकांनी सामील व्हावे, अशी तिची इच्छा आहे. ती या चळवळीला 'हरांबे' म्हणून संबोधते. 'हरांबे' या स्वाहिली शब्दाचा अर्थ 'चला एकत्र काम करू या.'– 'Let us pull together!' वसुंधरेचे रक्षण करणे, हे एकट्या-दुकट्याचे काम नव्हे हे तर खरेच. तिच्या रक्षणातच मानवी संस्कृतीचे अबाधित्व दडलेले असल्यामुळे सर्वांनीच सर्वच बाबतीत 'हरांबे' म्हणणे अधिक सयुक्तिक ठरेल.

एकांतप्रिय लेखिका
एल्फ्रिड येलिनेक
(Elifriede Jelinek)

देश – ऑस्ट्रिया
जन्म – २० ऑक्टोबर, १९४६
नोबेल पुरस्कार – साहित्य (२००४)

'कोण येलिनेक?' प्रकाशन व्यवसायातील काही प्रतिष्ठित मंडळींनी आश्चर्याने विचारणा केली. ऑस्ट्रियाच्या एल्फ्रिड येलिनेकला २००४ सालचा 'साहित्यातील नोबेल पुरस्कार' मिळाला होता. तिला मिळालेल्या या सर्वोच्च पारितोषिकाने संपादक, प्रकाशक (खास करून ब्रिटिश!) आश्चर्यचकित झाले. 'मला तर वाटले की, यावर्षी हे पारितोषिक अल्बानियाच्या लेखकाला मिळणार आणि मी पैज लावून सांगतो, पुढच्या वर्षी ते नक्कीच एका भारतीयाला मिळणार!' एका इंग्रज प्रकाशकाने असे कुत्सित उद्गार काढले. (पुढील काळात त्याचे भाकीत खरे ठरो!)

अर्थात तिला मिळालेल्या यशाबद्दल काही लोकांनी असे उपरोधपूर्ण भाष्य केले असले, तरी त्यामुळे तिच्या लेखनाचे श्रेष्ठत्व कमी होत नाही. तिच्या कादंबऱ्या ऑस्ट्रिया आणि जर्मनी येथे 'बेस्ट सेलर्स'च्या यादीत कित्येक वर्षे होत्या. तेथे प्रत्येक कादंबरीच्या जवळजवळ लाखांच्यावर प्रती खपलेल्या होत्या. स्वीडिश, फ्रेंच, डच भाषांमध्ये त्यांचे अनुवादही झाले. मात्र इंग्लंडमध्ये ती जास्त प्रसिद्ध नव्हती, याचे कारण परकीय भाषांमध्ये लिहिलेल्या पुस्तकांचा इंग्रजीत अनुवाद करण्याचे प्रमाणच अत्यल्प असते (जेमतेम २ टक्के.).

'वापरून गुळगुळीत झालेल्या, अर्थ हरवलेल्या शब्दांची, वचनांची हास्यास्पदता, त्यातील मूर्खपणा आणि त्यांच्या ठिकाणी असलेली वर्चस्वशक्ती उघड करणारी लेखिका' म्हणून तिला गौरवण्यात आले. तिचा कादंबरी व नाटकांमधील ध्वनी आणि प्रतिध्वनी यांचा संगीतमय प्रवाह असामान्य भाषेतून वाहता होतो, असे गौरवोद्‌गार त्या वेळी काढण्यात आले.

एल्फ्रिडचा जन्म २० ऑक्टोबर, १९४६ रोजी ऑस्ट्रिया येथील स्टिरिया प्रांतातील मुर्झ श्लॅग (Murzzu Schlag) या गावात झाला. तिची आई ओल्गा ही व्हिएन्ना येथील एका सधन कॅथॉलिक कुटुंबातील मुलगी होती. तिचे वडील फ्रिड्रिख हे झेक आणि ज्यू या मिश्र वंशाचे होते. दुसऱ्या महायुद्धाच्या काळात त्यांना जर्मन किंवा ऑस्ट्रियन सत्ताधीशांच्या रोषाला बळी पडावे लागले नाही, याचे कारण त्यांचा केमिस्टचा व्यवसाय. औषधे पुरवण्याच्या त्यांच्या या व्यवसायामुळे त्यांची युद्धकाळी चलती होती. 'एल्फ्रिड' ही या दांपत्याची एकुलती एक मुलगी. ती त्यांना खूप उशिरा झाली. तिच्या जन्माच्या वेळी तिचे वडील सेहेचाळीस वर्षांचे होते, तर आई बेचाळीस.

तिची आई अत्यंत आक्रमक स्वभावाची, कठोरहृदयी, शिस्तप्रिय. तर वडील मवाळ आणि मृदुभाषी! या दोन टोकांच्या स्वभावाच्या पालकांमध्ये तिची अवस्था कात्रीत सापडल्यासारखी होई. खूप महत्त्वाकांक्षी असणारी तिची आई आपले निर्णय तिच्यावर हुकूमशाही पद्धतीने लादत असे. तिच्या जहाल, कडव्या वर्तणुकीमुळे वडिलांचा विरोध मावळत असे. तिच्या घरातील कायम अशांत आणि असंतुलित असलेल्या या वातावरणामुळे तिचे मानसिक संतुलन कित्येक वेळा बिघडत असे.

'रोमन कॅथॉलिक कॉन्व्हेंट स्कूल'मध्ये शालेय शिक्षण घेणाऱ्या एल्फ्रिडला संगीताची खूप आवड होती. पियानो, ऑर्गन, गिटार, व्हायोलिन ही वाद्ये वाजविण्याचा छंद, शिवाय विविध संगीत रचना करणे, ऐकणे याची उपजत आवड यांमुळे तिने 'वंडरचाइल्ड' व्हावे अशी तिच्या आईची प्रखर इच्छा! शालेय शिक्षण पूर्ण करत असतानाच तिने व्हिएन्ना कॉन्झर्वेटरी येथे 'ऑर्गनिस्ट' डिप्लोमा (Organist Diploma) पूर्ण केला. १९६४ साली शालेय शिक्षण पूर्ण झाल्यानंतर व्हिएन्ना येथील विद्यापीठात कला, इतिहास, संगीत हे विषय घेऊन तिने पुढील शिक्षण पूर्ण करण्याचा निर्णय घेतला. विद्यार्थीदशेत असताना सामाजिक, राजकीय चळवळींमध्ये ती भाग घेत असे. ऑस्ट्रिया आणि जर्मनीच्या दुसऱ्या महायुद्धाच्या काळातील काही भीषण घटनांची पुनरावृत्ती होण्याची चिन्हे जेव्हा तेथील राजकीय पटलावर दिसू लागली, तेव्हा महाविद्यालयांमधून काही युवक-युवती आपल्या चळवळींमधून त्याला विरोध दर्शविला. विद्यापीठातील अशाच एका स्टुडंट युनियनची ती सक्रिय कार्यकर्ती होती.

दुर्दैवाने विद्यापीठात शिक्षण घेत असताना एल्फ्रिडची मानसिक स्थिती अधूनमधून असंतुलित होत असे. काही सत्रे पूर्ण केल्यानंतर तिची मानसिक अवस्था इतकी ढासळली की, तिला तिच्या अभ्यासावर लक्ष केंद्रित करणे अशक्य होऊ लागले. शेवटी तिला शिक्षण अर्धवट सोडावे लागले. या वेळी तिचे वय होते केवळ वीस वर्षे!

पुढे तिच्या प्रकृतीत थोडी सुधारणा झाल्यानंतर तिने गद्य व पद्य लिखाणास सुरुवात केली. वेगवेगळ्या नियतकालिकांमधून आणि दैनिकांमधून तिचे लिखाण प्रसिद्ध होऊ लागले. लेखनकला म्हणजे अस्वस्थ मनाचा हुंकार! सर्जनाच्या वेळच्या पीडादायी वेणांमधून हा केवळ सुटका करत नाही, तर त्यातून पुढे अविरतपणे झंकारणारा वीणानाद निर्मिकाचा प्रत्येक जीवनक्षण स्वस्थ व प्रसन्नही ठेवतो. 'लिसाज शॅटन' या तिने एकविसाव्या वर्षी लिहिलेल्या कवितासंग्रहाने तिच्यासाठी जणू मानसोपचाराचे काम केले. समाज व मित्रपरिवारापासून दूर एकांतात राहणारी एल्फ्रिड कवितेच्या माध्यमातून स्वत:ला व्यक्त करू लागली. लय आणि तालाला शब्दबद्ध करताना तिचा मूळ संगीतातील प्रतिभेचा आविष्कार काव्याचे रूप घेऊ लागला. दरम्यानच्या काळात १९६९ साली तिच्या वडिलांचे मनोरुग्णांच्या इस्पितळात निधन झाले. तिने आता स्वत:ला लेखनकार्यासाठी सर्वस्वी वाहून घ्यायचे ठरविले.

आजवर चालत आलेल्या पारंपरिक भाषेपेक्षा अगदी वेगळी भाषा वापरून तिने 'मायकेल बॅन ॲडोलेसंट नॉव्हेल फॉर ॲन इन्फंटाइल सोसायटी' ही कादंबरी लिहिली. १९७२ साली बाजारात आलेली ही उपहासगर्भ कादंबरी बऱ्यापैकी गाजली. या कादंबरीने ऑस्ट्रियन साहित्यविश्वात तिची दर्जेदार लेखिका म्हणून गणना होऊ लागली.

१९७४ साली तिने लिहिलेल्या नाटकावरील श्रुतिका आकाशवाणीवर सादर झाली. अगदी वेगळ्या पद्धतीची संवादरचना, ध्वनीयुक्त स्वगतांचा वापर, विविध आवाजांद्वारे सादर केल्या गेलेल्या व्यक्तिरेखा यांच्या मिलाफातून तयार केलेली ही श्रुतिका खूप गाजली. कादंबरी लिखाणाबरोबरच नाट्यलेखनातही तिने आधुनिक तंत्राचा वापर करून नव्या पद्धतीचा पायंडा पाडला.

जर्मन चित्रपटात काम करणाऱ्या 'गॉडफ्रिड हंगसबर्ग' या नटाशी तिने १९७४ साली विवाह केला. तो म्युनिक येथे राहत होता. परंतु तिने लग्नानंतरही व्हिएन्ना येथे आईसमवेत राहण्याचा निर्णय घेतला. त्याच वर्षी ती ऑस्ट्रियन कम्युनिस्ट पार्टीचीही सदस्य झाली.

लढवय्यी स्त्रीवादी असणाऱ्या एल्फ्रिडने १९७५ साली 'विमेन ॲज लव्हर्स' ही कादंबरी लिहिली. ती स्वत:ला डाव्या विचारसरणीची स्त्रीवादी मानते. आजवरच्या

ऑस्ट्रियन साहित्यात मांडली गेलेली स्त्रीची भाबडी प्रतिमा तिने तिच्या प्रखर साहित्यातून पार नाहीशी केली आहे.

'वंडरफुल वंडरफुल टाइम्स' ही तिने १९८० साली लिहिलेली आणखी एक वास्तववादी कादंबरी. त्या वेळच्या युवा पिढीतील खदखदणाऱ्या असंतोषाचे, गुन्हेगारीचे विदारक चित्र या कादंबरीतून सामोरे येते.

'द पियानो टीचर' ही १९८३ साली लिहिलेली तिची सर्वांत गाजलेली कादंबरी. आई-मुलीचे परस्परसंबंध दर्शविणारी ही कादंबरी आत्मचरित्रात्मक आहे. अतिरेकी महत्त्वाकांक्षेतून दहशतीचे वातावरण निर्माण करणारी आई आणि त्या वातावरणाला बळी पडणारी असहाय मुलगी हा या कादंबरीचा विषय आहे. 'एरिका कोहुट' ही मुलगी या कथेची नायिका. ती पियानो शिक्षिका असते. आईच्या जाचक वागण्यामुळे ती स्वत:चा व परिस्थितीचा तिरस्कार करू लागते. त्यातच वॉल्टर नावाच्या तिच्या एका विद्यार्थ्यात ती मनापासून गुंतते. पण तो तिच्यावर बलात्कार करतो. या साऱ्या घटनांमुळे ती आत्महत्या करू पाहते. पण तिला तसे करणे जमत नाही. त्यातून तिच्यात लैंगिक परपीडनवृत्ती तयार होते. या कादंबरीवर पुढे चित्रपटही निघाला. 'इझाबेल हुपर्ट' या अभिनेत्रीने त्यात एरिकाची भूमिका केली. कान्स येथील चित्रपट महोत्सवात या चित्रपटाला तीन पारितोषिके मिळाली. या कादंबरीत आई व मुलगी यांच्या मानसिकतेचे केलेले चित्रण आणि तिचे स्वत:चे आयुष्य यांत कमालीचे साम्य आढळते.

येलिनेकची सुप्रसिद्ध कादंबरी 'द पियानो टीचर'

१९८९ साली तिने लिहिलेली 'लस्ट' ही कादंबरी तिची स्वत:चीही आवडती कादंबरी आहे. एका कागदाच्या लगद्याच्या कारखान्याचा संचालक त्याची सेक्रेटरी असलेल्या मध्यमवर्गीय मुलीशी लग्न करतो. भांडवलदार आणि धनवान असलेला हा कारखान्याचा मालक स्त्रियांकडे स्वामित्वाच्याच भावनेने बघतो. उच्च वर्गीय पुरुषांची ही मानसिकता, स्त्रियांचा लैंगिक छळ करण्याची वृत्ती, त्यातून निर्माण होणारी स्त्रियांची स्वपीडनवृत्ती याचे अत्यंत मर्मभेदी चित्रण करणाऱ्या या कादंबरीने अनेक वादविवादांना जन्म दिला. लैंगिक संबंधांचे चित्रण करताना वापरलेली थेट भाषा, त्या संबंधांचे केलेले

येलिनेकची आणखी एक प्रसिद्ध कादंबरी 'लस्ट'

तपशीलवार वर्णन यांमुळे या कादंबरीवर अश्लीलतेचे आरोप झाले. 'अनइन्जॉयबल व्हाइअलन्ट पब्लिक प्रनोग्राफी' (unenjoyable violent public pornography) असे या कादंबरीचे वर्णन काही समकालीनांकडून करण्यात आले. वास्तविक पाहता या कादंबरीत स्त्रियांना मिळणारे दुय्यम स्थान, उच्च वर्णीय लोकांची सत्तेची हाव, त्यासाठी त्यांनी केलेली चलाखीची कृष्णकृत्ये यांचे खरेखुरे भेदक चित्रण आलेले आहे. त्यामुळे या कादंबरीने झोपेचे सोंग घेतलेल्या समाजाला खडबडून जागे करण्याचे कार्य केले आहे, असे म्हणता येईल. या कादंबरीने तिचे स्त्रीवादी लेखिका हे नामाभिधान आणखी पक्के केले.

पारंपरिक स्त्री-पुरुष नात्यावर आणि अन्यायकारक सामाजिक परिस्थितीवर भाष्य करणाऱ्या लेखिकेने अनेक वेळा अन्यायकारी राजकीय परिस्थितीवरही खरमरीत टीका केली. पोकळ घोषणाबाजी, अर्थहीन शब्दरचना, यातून राजकीय नेत्यांनी आणलेला समाजसुधारणेचा आव यांवर तिने कडाडून हल्ला चढवला. 'जॉर्ग हैदर' या राजकीय नेत्याच्या विरोधात तिने अगदी उघड भूमिका स्वीकारली होती. तो जोपर्यंत सत्तेत सहभागी आहे, तोपर्यंत मी माझ्या नाटकांचे प्रयोग ऑस्ट्रियामध्ये होऊ देणार नाही, असे तिने जाहीर केले होते.

कादंबरी लेखनाबरोबरच तिने नाट्यप्रकारही अत्यंत समर्थपणे हाताळला. दुसऱ्या महायुद्धापूर्वीच्या काळावर आधारलेले 'तोतोनबर्ग' हे नाटक तिने १९९१ साली लिहिले. नाझी पक्ष स्वीकारलेला शिक्षक मार्टिन हायडेगर व त्यांची ज्यू धर्मीय विद्यार्थिनी हन्ना यांच्या प्रसिद्ध संबंधावरील हे नाटक तिने अगदी वेगळ्या पद्धतीने लिहिले. त्यातील संवादरचनेच्या कौशल्यामुळे ते गाजले. इराक युद्धाच्या पार्श्वभूमीवरील 'बाबेल' ही मालिकाही तिने लिहिली. माणसाचे आधुनिक तंत्र विज्ञानाचे वेड आणि या वेडातून होणारा निसर्गाचा विनाश यांवर प्रकाश टाकणारे तिचे 'द वर्क्स' हे नाटक भविष्यातील वास्तवाची जाणीव करून देते. ऑस्ट्रियात नोव्हेंबर, २००० साली झालेल्या भीषण रेल्वे अपघातावर आधारलेले 'इन डेन आल्पेन' हे नाटकही मानवी शोषणाची, क्रौर्याची भीषण दर्शने घडवते. तिची नाटके कृती आणि संवादांपेक्षा क्रोध व्यक्त करणारी वाक्ये, उपरोधपूर्ण विनोद,

विषण्णतेचा कटू सूर यांतून शब्दप्रवाही होतात. आशयाचा आणि रचनांचा वेगळा आकृतीबंध असलेले तिचे नाटक अत्यंत रोखठोक असते. नाझी भूतकाळावर आधारलेले 'द चिल्ड्रन ऑफ द डेड' हे नाटकही परखडपणे ऐतिहासिक खोटारडेपणा उघड करते.

एल्फ्रिड ही प्रखर स्त्रीवादी विचारवंत लेखिका आहे. अनेक लेखिका आपल्या साहित्यातून स्त्रीची परंपरेने चालत आलेली सात्विक, भाबडी प्रतिमा उभी करतात हे तिला खटकते. स्त्रिया प्रश्नांचा नीट अभ्यास करत नाहीत. त्यांचा व्यासंग वरपांगी असतो. त्या समस्यांची व्यक्तिगत पातळीवरूनच हाताळणी करतात. प्रश्नांच्या मुळाशी न जाता, गुळगुळीत भाषा वापरून, सामाजिक रूढींसमोर शरणागती पत्करून लोकप्रिय ठरेल असे वाङ्मय रचतात, असे तिचे मत आहे.

समाजात पुरुष सर्वच गोष्टींवर नियंत्रण ठेवू पाहतो. वागणूक, आचार, विचार इतकेच काय त्याच्या भाषेच्या उच्चारातही आक्रमकता असते. ज्या रक्तमांसाचा नरदेह असतो, त्याचीच स्त्रीही बनलेली असते. मग तिच्या भावनांच्या प्रकटीकरणाला अवरोध कशाला? तिचे साहित्यातील विश्व कायम शांत व मूक का ठेवलेले असते? वर्षानुवर्षे अप्रत्यक्षपणे तिला दिला गेलेला दमनाचा संदेश तिचे भावविश्व कुंठित करतो. वास्तविक तिलाही राग येतो, अत्याचाराने तीही संतापते, तिच्या क्रुद्ध भावनांची गाज तिला ऐकू येत असते. पण नीती- संकेतांच्या पारंपरिक बंधनांमुळे तिचा आवाज आतल्याआत विरत जातो. यातूनच अनेक प्रश्न निर्माण होतात, असे तिचे स्पष्ट मत आहे. ज्या समाजव्यवस्थेत स्त्रीच्या कर्तृत्वाला काडीमोल किंमत असून केवळ देहसौंदर्य, तारुण्य, नटवेपणा यांनाच किंमत आहे, अशा व्यवस्थेचे तिने तिच्या साहित्यकृतींमधून वाभाडे काढलेले आहेत.

येलिनेकची कादंबरी 'ग्रीड'

तडजोडवादी भूमिका न स्वीकारणारे आणि कुणापुढेही न झुकणारे साहित्य रचणारी एल्फ्रिड नोबेल पुरस्कार स्वीकारण्यास स्वत: हजर राहू शकली नाही, कारण 'ॲगॉरफोबिया' (बाजार/तत्सम गर्दीच्या ठिकाणांचे भय) आणि 'सोशलफोबिया' (समाजसंपर्कभय) या आजारांनी ती ग्रस्त आहे. माणसांच्या गर्दीत ती वावरू शकत नाही. 'माझी भाषा दूरवर आणि जलद प्रवास करू शकते,

ऑस्ट्रिया येथे एका समारंभात येलिनेक
हास्यविनोद करताना

पण मी करू शकत नाही.'
असे तिने नोबेल पुरस्कार
समितीला कळवले.

'द यंग ऑस्ट्रियन
कल्चर पोएट्री अॅन्ड प्रोझ'
हा १९६९ साली तिला
मिळालेला पहिला पुरस्कार.
त्यानंतर पुढील पस्तीस
वर्षांत जवळजवळ दोन
डझन नामांकित पुरस्कार
मिळविणाऱ्या एल्फ्रिडला
जेव्हा नोबेल पुरस्कार
मिळाल्याचे समजले, तेव्हा
तिने आनंद व आश्चर्य वाटल्याची प्रतिक्रिया दिली. आपला मोठा सन्मान झाल्याबद्दल
समाधान व्यक्त करून ती पुढे लगेचच म्हणाली, ''आता पुढील काही दिवस मी
अदृश्य होणार आहे!''

साहित्यातून परखडपणे परिवर्तनवादी विचार मांडणारी आणि प्रत्यक्षात
लोकसंपर्कला भिणारी अशी एल्फ्रिड येलिनेकची दोन रूपे आहेत.
एकांतवासात राहणे ही तिची गरज आहे. याला कारण तिची भूतकालीन
कौटुंबिक परिस्थिती असेल. पण विजनवासात राहून तिने केलेली
साहित्यसाधना तिच्यात आणि जनांत सेतूचे काम करते. स्त्री स्वातंत्र्याची
जपणूक करणारी, हुकूमशाही, भ्रष्टाचारावर लेखणीने प्रहार करणारी,
समाजातील दांभिकतेचा बुरखा फाडणारी एल्फ्रिड जनसामान्यांशी या
सेतूमुळेच जोडली गेलेली आहे.

❁

गंधसंवेदक

लिंडा बक
(Linda Buck)

देश – अमेरिका
जन्म – २९ जानेवारी, १९४७
नोबेल पुरस्कार – वैद्यकीय (२००४)

'Do not settle for something mediocre.' – सामान्य दर्जावर कधीही समाधान मानू नये. तिच्या आईने तिला लहानपणी सांगितलेले हे वाक्य तिने आयुष्यभर लक्षात ठेवले आणि तंतोतंत पाळलेही! अगदी मोठ्यात मोठ्या कामापासून ते लहानांतलहान कामापर्यंत दर्जाचा आग्रह धरणाऱ्या लिंडाला २००४ सालचा 'वैद्यकीय नोबेल पुरस्कार' मिळाला.

खरे म्हणजे कामाच्या बाबतीतला लहान काम, महान काम हा भेद त्या कामाच्या केवळ औरस चौरस क्षेत्राच्या व्याप्तीवरूनच ठरवला जातो. कारण शेवटी मोठे काम म्हणजे तरी काय असते? असंख्य लहान-लहान अणुगत कामांचा मिळून बनलेला एक मोठा रेणूच असतो ना तो! त्यामुळे कोणत्याही लहान कामाला तुच्छ समजल्याने महान कार्यातील अपयशाचीच पायाभरणी होत असते.

२००४ साली एकूण तीन वेगवेगळ्या क्षेत्रांतील स्त्रियांना नोबेल पुरस्कार मिळाला. वँगरी मथाई (शांतता), एल्फ्रिड येलिनेक (साहित्य) आणि लिंडा बक (वैद्यकीय). एकविसाव्या शतकाच्या सुरुवातीस घडलेल्या या सकारात्मक बाबी म्हणजे स्त्रियांच्या उज्ज्वल भवितव्याची जणू नांदीच ठरणाऱ्या! स्त्री-पुरुष विषमतेची विरत चाललेली सीमा रेषा, व्यक्ती म्हणून स्त्रीच्या मतांचा केला जाणारा आदर,

तिला मिळणाऱ्या विविध क्षेत्रांतील संधी, पूरक कौटुंबिक आणि सामाजिक वातावरण यांसारखे अनेक पुष्टी देणारे घटक असतील, तर स्त्रीच्या कर्तृत्वाचा पैस विस्तारतो, याची ग्वाही देणाऱ्या या घटना! संशोधन क्षेत्रात गेली शंभर-दीडशे वर्षे स्त्रियांना अस्पृश्यतेची वागणूक मिळत होती. गेल्या दशकभरात या परिस्थितीत समाधानकारक बदल दिसून येत असला, तरी पूर्वी प्रत्येक कार्यपरिघात, प्रत्येक स्तरावर, प्रत्येक क्षणी 'स्त्री'ला आपल्या कार्यक्षमतेचा पुरावा द्यावा लागल्यामुळे तिच्या वैयक्तिक उर्जेचा ऱ्हास झाला. शिवाय एकूणच मानवी प्रगतीत स्त्रीच्या विशिष्ट कार्यक्षमतेचा वापर न केला गेल्यामुळे संपूर्ण समूहालाच त्याची हानी पत्करावी लागली. सुदैवाने या परिस्थितीत बदल होण्याची चिन्हे आता सर्वच क्षेत्रांत दिसू लागली आहेत.

वैद्यकीय क्षेत्रात २००४ सालचा पुरस्कार मिळविणाऱ्या लिंडा बकचा जन्म २९ जानेवारी, १९४७ रोजी अमेरिकेतील वॉशिंग्टन राज्यातील सिॲटल या शहरात झाला. विद्युत अभियंता असलेले तिचे वडील आणि हुशार, वत्सल, नर्मविनोदी स्वभावाची तिची आई यांना असलेल्या एकूण तीन मुलींपैकी 'लिंडा' ही दुसरी मुलगी. सिॲटलसारख्या निसर्गसुंदर शहरात त्यांचे घर होते. तेथील त्यांच्या मोठ्या तळघरात तिच्या वडिलांनी एक छोटीशी विद्युत अभियांत्रिकीची प्रयोगशाळा तयार केली होती. तेथे ते विद्युत तंत्रज्ञानावर आधारलेले वेगवेगळे प्रयोग करून बघत. विजेवर चालणारी उपकरणे तयार करणे, हा तर त्यांचा अत्यंत आवडता छंद. अनेक प्रकारची शब्दकोडी, गणितीकोडी आणि कूट प्रश्नांची उकल करण्याची आवड असलेली तिची आई आणि संशोधक वृत्तीचे तिचे बाबा यांच्या सहवासात तिच्यामध्ये वैज्ञानिक विषयांबाबत कुतूहल निर्माण झाले. परंतु जेव्हा तिने शालेय शिक्षण पूर्ण केले, तेव्हा तिने 'मानसशास्त्र' या विषयात पुढील शिक्षण घ्यायचा निर्णय घेतला. कारण मानसशास्त्रात उच्च शिक्षण घेतल्यामुळे इतरांना मदत करता येईल, असे तिला वाटले. तिच्या घराजवळ असलेल्या वॉशिंग्टन विद्यापीठात तिने मानसशास्त्राचे काही अभ्यासक्रम शिकण्यास सुरुवात केली. परंतु काही दिवसांनंतर तिला तिच्या करियरच्या दृष्टीने वैज्ञानिक विषयात शिक्षण घेणे आवश्यक आहे, असे वाटले. मग तिने 'जीवशास्त्र' हा विषय निवडला.

डॅलस येथील टेक्सास विद्यापीठातून तिने १९७५ साली सूक्ष्म जीवशास्त्र या विषयात पदवी मिळविली. या विषयांतर्गत रोगप्रतिबंधकशास्त्र (immunology) या विशिष्ट अभ्यासक्रमाकडे ती आकर्षिली गेली. याचे कारण तेथे या विषयात काम करणारे तज्ज्ञ 'अर्सुला स्टॉर्ब' यांची विद्यार्थ्यांना प्रोत्साहन देण्याची वृत्ती. त्यांच्या सहवासात आल्यावर तिच्या संशोधक वृत्तीला खतपाणीच मिळाले. विविध प्रकारची वैज्ञानिक कोडी सोडविणे, ही तिची मूळ आवड. प्रश्नांची उकल करताना नेमके कशा प्रकारे काम करायचे याचे शिक्षण तिला या विद्यापीठात मिळाले. पीएच.डी.च्या

प्रबंधासाठी तिने लिम्फ पेशी (Lymphocytes) हा विषय निवडला. तिचे मार्गदर्शक होते, 'इलेन व्हिएटा'. संशोधनाच्या कामात लागणारी अचूकता व परिपूर्णता कशी मिळवायची, याचे महत्त्वाचे शिक्षण तिला त्यांच्याकडून मिळाले.

माणसाच्या रक्तामध्ये लाल पेशी (आरबीसी) व पांढऱ्या पेशी (डब्ल्यूबीसी) असतात. या श्वेतरक्तपेशींमध्ये म्हणजेच डब्ल्यूबीसीमध्ये 'लिम्फ पेशी' असतात. प्रौढ माणसाच्या शरीरात यांची संख्या सुमारे शंभर अब्ज असते. आपल्या शरीरावर एखाद्या परतत्त्वाने (Antigen) म्हणजेच जिवाणू, विषाणूने हल्ला केला, तर श्वेतरक्तपेशींमधील या लिम्फ पेशी त्यांचा सामना करतात. लिम्फ पेशीतील 'बी' व 'टी' प्रकारच्या पेशी या संरक्षक मानल्या जातात. 'बी पेशी' या अस्थिमज्जेतून (Bone marrow) तयार होतात, तर 'टी पेशी' या हृदयाजवळील थायमस या अवयवातून तयार होतात. परतत्त्वाला परतवून लावताना लिम्फ पेशींवर 'गामाग्लोबुलिन' हे प्रथिन तयार होते. ज्यामुळे परतत्त्वाचा नाश होतो. तर 'टी पेशी' या सरळ शत्रूवर हल्ला करतात. याच संदर्भात लिंडाने 'बी' पेशींवर निर्माण होणाऱ्या विविध प्रथिनांचा आणि त्यांच्या कार्याचा अभ्यास केला.

पुढे याच विषयात तिला आणखी संशोधन करायचे होते, म्हणून ती १९८० साली न्यू यॉर्क येथील सुप्रसिद्ध कोलंबिया विद्यापीठात दाखल झाली. अँटीजेनचा विनाश करणारे लिम्फ पेशींवर तयार होणारे 'मेजर हिस्टोकंपॅटिबिलिटी कॉम्प्लेक्स' (MHC) या प्रथिनांचा अभ्यास करताना तिला जाणवले की, शरीरातील विविध जैविक क्रिया-प्रतिक्रियांमधील रेणूंच्या रासायनिक अभिक्रियांमध्ये तिला आवड निर्माण होत आहे. मग तिने 'molecular biology' याच विषयात संशोधन करायचे ठरवले.

गंधसंवेदक लिंडा बक

त्याच विद्यापीठात चेताविज्ञान (neuro science) या विषयात काम करणारे सुप्रसिद्ध वैज्ञानिक 'रिचर्ड एक्सेल' आणि 'एरिक कँडेल' यांची तिने भेट घेतली. त्यांनी तिला ते करत असलेल्या शास्त्रीय प्रयोगांची पूर्ण माहिती दिली. (पुढे एरिक कँडेल यांना त्यांच्या या विषयातील संशोधनाबद्दल २००० साली नोबेल पुरस्कार मिळाला.) 'ॲप्लिशिया' (Aplysia) या समुद्रातील

गोगलगायीच्या चेतापेशींचा आणि त्यांच्यावर असलेल्या जनुकांच्या गुणधर्मांचा अभ्यास करण्याचा हा प्रकल्प पाहिल्यावर तिला 'चेताविज्ञान' हा अधिक आकर्षक आणि आव्हानपूर्ण विषय वाटला. मेंदूतील चेतापेशी, त्यांच्यावरील जनुकांची रचना, त्यांचे कार्य, विविध प्रकार, त्यांचा परस्परसंबंध यांविषयी लिंडामध्ये औत्सुक्यच निर्माण झाले. मग तिने स्वत:चे स्वतंत्र संशोधन सुरू केले. अर्थात प्रत्येक वेळी तिला संशोधनात्मक कार्य करण्याची मुभा मिळाली. अद्ययावत प्रयोगशाळा, मनापासून मदत करणारे अनेक सहकारी आणि योग्य मार्गदर्शन करणारे तज्ज्ञ या समुच्चित घटकांमुळे तिला तिच्या आवडीच्या विषयात संशोधन करता आले.

"I am struck by the good fortune. I had to be a scientist. I have had wonderful mentors, colleagues & students with whom to explore what fascinated me & have enjoyed both challenges & discoveries." असे ती तिला मिळालेल्या या सकारात्मक परिस्थितीबाबत कृतज्ञतेने म्हणते.

चेताविज्ञानातील ॲप्लिशियाचा प्रकल्प पूर्ण करता-करता १९८५ साल उजाडले. तिचा हाही संशोधन प्रकल्प अगदी यशस्वी रीतीने पूर्ण झाला. त्याच सुमारास तिने एका वैज्ञानिक पुस्तकात माणसाच्या गंधग्रहण क्षमतेविषयी काही माहिती वाचली. त्या माहितीत काही ज्ञात-अज्ञात वैज्ञानिक तथ्यांचा समावेश होता. तिच्या मूळ स्वभावानुसार ती आता या विषयाचा वेगळ्या पद्धतीने विचार करू लागली.

माणूस किंवा सस्तन प्राणी जवळजवळ विविध प्रकारच्या दहा हजार पेक्षा जास्त गंधांना ओळखू शकतो. त्यांचे ग्रहण करू शकतो. या इतक्या जास्त संख्येनी अस्तित्वात असलेल्या गंधांचे विविध प्रकार तो नेमके कसे ओळखतो? आणि लक्षातही कसे ठेवतो? नाकातल्या कोणत्या पेशींद्वारे हे कार्य घडते? या गंधग्रहणाच्या कामात मेंदूचाही सहभाग असतो का? गंधांमध्येच काही रसायने असतात का? का नाकातील पेशींमध्येच त्या-त्या प्रकारानुसार रसायने निर्माण होतात? या आणि अशा असंख्य कुतूहलजनक प्रश्नांच्या परिमळात तिची वैज्ञानिक कल्पनाशक्ती फिरू लागली. या प्रश्नांचा शोध आपण घ्यायचाच हा विचार तिने पक्का केला.

तिचे चेतापेशींमधील 'न्युरोपेप्टाइड' या प्रथिनविषयक संशोधनाचे काम पूर्ण होतच आले होते. आता तिने या नव्या प्रकल्पाचे काम हाती घेतले. वेगवेगळ्या प्रकारच्या गंधांमधून रसायने बाहेर पडतात आणि त्यामुळे नाकातील संवेदक चेतापेशी जागृत होऊन त्याचे ग्रहण करतात. या चेतापेशींना 'ओडरन्ट रिसेप्टर'

डॉ. रिचर्ड ॲक्सेल समवेत लिंडा बक

(Odorant Receptors) असे म्हटले जाते. या गंध संवाहकाविषयीच्या (OR) अस्तित्वाची इतकी जुजबी माहितीच तोपर्यंत संशोधकांना आणि वैज्ञानिकांना ज्ञात होती.

चेतापेशीतज्ज्ञ रिचर्ड ॲक्सेल यांच्या समवेत लिंडाने या गंधसंवाहक पेशींचा अभ्यास करायचे ठरवले. या संशोधनासाठी उंदीर या प्राण्याची निवड करण्यात आली. हा प्रयोग तीन महत्त्वाच्या अनुमानांवर आधारित होता. एक म्हणजे, ज्या अर्थी गंधांच्या रासायनिक रेणूंची रचना विभिन्न असते आणि त्या-त्या प्रकारच्या गंधाचे ग्रहण करता येणे शक्य असते, त्या अर्थी नाकात असलेल्या गंधसंवाहक पेशींची रचनाही भिन्न-भिन्न असेल. दुसरे म्हणजे, या पेशींवर प्रथिनांची निर्मिती होत असेल. तिसरे म्हणजे, नाकातील एपिथेलियम या स्तरामध्ये जिथे चेतापेशी असतात, तिथेच या गंधसंवाहकपेशींचे स्थान असेल.

अनेक प्रकारचे प्रयोग केल्यानंतर त्यांनी असा निष्कर्ष काढला की, उंदराच्या घ्राणेंद्रियात किमान शंभरच्या आसपास वेगवेगळ्या गंधसंवाहक पेशी असतात. प्रत्येक पेशी स्वतंत्ररूपी असते आणि त्यावर जनुके असतात. लिंडा आणि रिचर्ड ॲक्सेल या दोघांनी या संशोधनाचे पेपर्स १९९१ साली सादर केले.

चेतासंस्था (Nervous system) या विषयात तिला रुची असल्यामुळे तिने आता बोस्टन येथील सुप्रसिद्ध हार्वर्ड मेडिकल स्कूलमध्ये संशोधन करायचे ठरवले. तेथील संचालक 'गेरी फिशबाऊ' यांनी तिला स्वतंत्र प्रयोगशाळा उपलब्ध करून दिली. पुढे, १९९४ साली तिथे 'हॉवर्ड ह्यूजेस मेडिकल इन्स्टिट्यूट' सुरू करण्यात लिंडाने पुढाकार घेतला. त्याच वर्षी तेथे काम करणारे तरुण, हुशार संशोधक 'रॉजर ब्रेन्ट' यांच्याशी तिची भेट झाली. दोघांची कार्यक्षेत्रे समान असल्यामुळे त्यांची घनिष्ट मैत्रीही झाली. पुढे त्या दोघांनी विवाह केला.

घ्राणेंद्रियातील गंधसंवाहक पेशींमुळे विविध गंध ओळखले जातात, हे शास्त्रीय सत्य तर उलगडले होते. आता या गंधांची संवेदना मेंदूपर्यंत कशी पोहोचवली

जाते, चेतापेशी आणि गंधसंवाहक पेशींद्वारा हे कार्य नेमके कसे घडते, यांविषयीचे संशोधन करण्यास लिंडा उत्सुक होती.

केरी रेसलर (Kerry Ressler) या पीएच.डी. करणाऱ्या विद्यार्थ्याबरोबर तिने हे काम सुरू केले. थोड्याच दिवसात याच विषयात अभ्यास करणारी सुसान सुलिव्हॅन (Susan Sullivan) त्यांच्या प्रकल्पात सहभागी झाली. घ्राणेंद्रियातील अभिस्तरात (epithelium) गंधवाहक पेशींचे वेगवेगळे विभाग असतात. प्रत्येक भागात वेगवेगळ्या प्रकारचे गंध ओळखणाऱ्या चेतापेशींची एकत्रित रचना असते. यातील एखाद्या गटातील चेतापेशींना इजा पोहोचली, तरी बाकीच्या गटातील चेतापेशी कार्यरत असल्यामुळे गंधग्रहणाचे काम चालू राहू शकते. मानवी घ्राणेंद्रियात जवळजवळ एक हजारच्या आसपास वेगवेगळ्या 'गंधसंवाहक पेशी' असतात. प्रत्येक पेशी अनेक प्रकारचे गंध ओळखू शकते. एखाद्या गंधाच्या तीव्रतेत किंवा रासायनिक रचनेत काही फरक झाला, तरी या गंधपेशींमध्ये ते ओळखण्याचे सामर्थ्य असते. या पेशींवरील जनुककुले (family of genes) घ्राणेंद्रियाचे नियंत्रण करतात. ही जनुके म्हणजे गंधसंवाहक पेशींचे जणू 'blueprints' असतात.

नाकातील या पेशींच्या रचनेप्रमाणेच मेंदूतही चेतापेशींच्या नकाशाची ठेवण असते. एखाद्या गंधाची संवेदना मेंदूपर्यंत गेल्यानंतर पूर्वस्मृतीनुसार त्या प्रकारची भावना उद्दिपित होते. कारण त्या प्रकारचा गंध मेंदूच्या स्मृतीकप्प्यात ग्रहण करून ठेवलेला असतो. मेंदूमध्ये olfactory bulb आणि olfactory cartexमध्ये गंधसंवेदनांचे नकाशे (Sensory map) असतात. प्रत्येक माणसाच्या मेंदूमध्ये सर्वसाधारण अशीच रचना आढळते.

स्टॉकहोम येथील
नोबेल पुतळ्यासमोर लिंडा

हे संशोधन करण्यास लिंडाला जवळजवळ दहा वर्षे लागली. तिला आणि रिचर्ड अॅक्सेल यांना या शोधाबद्दल २००४ साली वैद्यकीय नोबेल पुरस्कार मिळाला.

लिंडा त्यानंतर सिअॅटलला (तिच्या मूळ गावी) गेली. तेथील 'फ्रेड हचिसन कॅन्सर रिसर्च सेंटर'मध्ये ती आता काम करते. मेंदूत निर्माण होणाऱ्या 'फेरोमोन्स' या लैंगिक संप्रेरकाच्या संदर्भात तिला आता पुढील संशोधन करायचे आहे. त्याचप्रमाणे भीती आणि हल्ला या

भावनांच्या निर्मितीमागची प्रक्रिया समजून घेणे, त्यांतील जनुकांचे कार्य शोधणे, वाढते वय आणि जनुके यांचा परस्परसंबंध शोधणे, हे तिचे पुढील प्रकल्प आहेत.

बदलत्या आधुनिक काळात तरुण संशोधक स्त्रियांना काम करण्यास भरपूर वाव आहे, असे ती म्हणते. "As a woman in science, I hope that my receiving a Nobel Prize will send a message to young women everywhere that the doors are open to them & they should follow their dreams." संशोधन क्षेत्रात काम करण्याचे स्वप्न पाहणाऱ्या तरुण वैज्ञानिक स्त्रियांना कर्तृत्वाच्या वास्तव भूमीवर उतरवणाऱ्या लिंडा बकचा हा आशावाद नक्कीच मिथ्या नाही. कारण काळाच्या टप्प्याच्या पुढे असलेल्या तिच्या गंधग्रहणक्षमतेची संवेदना सामर्थ्यवान आहे.

❧

स्मितवदना
डॉरिस लेसिंग
(Doris Lessing)

देश – इंग्लंड
जन्म – २२ ऑक्टोबर, १९१९
नोबेल पुरस्कार – साहित्य (२००७)

''पुरुषांना तुच्छ समजून अविचारांनी पुढे चाललेली स्त्रीमुक्तीची दिशाहीन चळवळ पाहून मला धक्का बसतो. दुर्दैवाने या चळवळीमुळे 'आळशी आणि कावेबाज' (Lazy and insidious) स्त्री संस्कृती निर्माण होत आहे, याचे दुःख वाटते.'' २००१ साली एडिंबरो येथे भरलेल्या संमेलनात 'डॉरिस लेसिंग' या ब्रिटिश लेखिकेने अशी विधाने केल्यानंतर एकच खळबळ माजली.

त्या वेळी डॉरिसचे वय होते ८२. 'बुकर पुरस्कार' या साहित्य विश्वातील अतिशय प्रतिष्ठित समजल्या जाणाऱ्या पुरस्काराचे तीन वेळा नामांकन ('डिसेंट इन टू होम' – १९७१, 'द सिरियन एक्स्परिमेंट्स' – १९८१, 'द गुड टेररिस्ट' – १९८५) मिळालेल्या आणि आपल्या पहिल्याच पुस्तकातून ('द ग्रास इज सिंगिंग' – १९५०) दर्जेदार व कसदार लिखाण करणाऱ्या या ज्येष्ठ विदुषीचे स्त्रीमुक्ती चळवळीविषयीचे हे मत केवळ इंग्लंडमधीलच नव्हे, तर सर्वच देशांमधील स्त्री मुक्तिवाद्यांना झोंबणारे असले, तरी विचार करण्यास प्रवृत्त करणारे होते.

आजवर चालत आलेल्या स्त्रीमुक्तीच्या प्रवाहाचा प्रवास नक्की कसा झाला? त्याची मूळ उद्दिष्टे काय होती? त्यापासून फारकत घेत ही चळवळ फरफरटत तर

गेली नाही ना? स्त्रीवाद्यांना नेमक्या कोणत्या प्रकारची 'स्त्री' अपेक्षित आहे? 'प्रत्येक व्यक्तीस विकासासाठी मिळणारा स्वतंत्र अवकाश' ही मुक्तीची व्याख्या धारण करणारा समाज सुसंस्कृत समजला जातो. इथे मुक्ती ही संकुचित विचारांच्या जोखडापासून आहे. सनातनी आणि जाचक बंधनांपासून आहे. दडपशाहीला, मुस्कटदाबीला झुगारण्यात आहे. 'अभिव्यक्ती स्वातंत्र्यातून स्वगुणांचा परिपोष करणे, म्हणजे मुक्ती' अशी मुक्तीची संकल्पना असेल, तर कोणत्याही भेदापासून ती स्वयंमुक्तच असणार, आणि ही मुक्ती म्हणजे, तर स्वैरपणा नव्हेच नव्हे!

या मुक्तीला रचनात्मकतेच्या परिघाचे बंधन असले, तरी त्याचा प्रत्येक बिंदू समृद्धीचेच प्रसारण करतो. मुख्य म्हणजे त्याची व्याप्ती कितीही वाढली, तरी त्याची कक्षा इतरांच्या कक्षेला कधीही छेदत नाही. 'आक्रमण नव्हे तर संक्रमण', अशी मानवी संस्कृतीची परिभाषा मानणाऱ्या डॉरिस लेसिंगला 'स्त्रीवादी' लेखिका हा स्वत:वरील शिक्का त्यामुळेच अमान्य आहे.

डॉरिस लेसिंगला २००७ सालचा 'साहित्यातील नोबेल पुरस्कार' मिळाला. गेल्या अठ्ठ्याण्णव वर्षांतील साहित्याचा नोबेल पुरस्कार मिळविणाऱ्या एकूण अकरा महिलांमधील ती अकरावी महिला. पहिला पुरस्कार – सेलमा लॅगरलॉफ (स्वीडन) १९०९ हिला मिळाला होता.

डॉरिस लेसिंगचा जन्म किरमॅसन (Kirmanshan) या इराणमधील तेहरानपासून ५२५ किमी अंतरावर असलेल्या छोट्या गावात झाला. (२२ ऑक्टोबर, १९१९). इराक या शेजारी देशापासून जवळपास ५० मैलांवर असलेले हे ठिकाण नैसर्गिकदृष्ट्या समृद्ध असले, तरी शिक्षणाच्या आधुनिक सोयींपासून वंचित होते.

डॉरिसचे वडील 'आल्फ्रेड टेलर' हे तेथे 'इंपिरियल बँक ऑफ पर्शिया'मध्ये कारकुनाची नोकरी करत होते. पहिल्या महायुद्धात ब्रिटिश सैनिक म्हणून लढताना त्यांना आपला पाय गमवावा लागला होता. इंग्लंडमधील रॉयल फ्री हॉस्पिटलमध्ये उपचार घेत असताना त्यांना 'एमिली' ही नर्स भेटली. त्या दोघांच्या परिचयातून त्यांनी विवाहाचा निर्णय घेतला आणि

डॉरिसची सुप्रसिद्ध कादंबरी 'द ग्रास इज सिंगिंग'

विवाहानंतर ते इराणमध्ये (तेव्हाचे पर्शिया) स्थलांतरित झाले. डॉरिसचा जन्म झाल्यानंतर पुढे (सुमारे १९२५ च्या सुमारास) ते झिंबाब्वे (तेव्हाचे ऱ्होडेशिया) येथे स्थलांतरित झाले. हरारे या गावी त्यांनी जवळपास हजार एकर मक्याची शेती विकत घेतली. या शेतीतून खूप अफाट उत्पन्न मिळेल, असा सल्ला त्यांना त्यांच्या एका परिचिताने दिला होता. म्हणून ते इराणमधील नोकरी सोडून तेथे गेले. परंतु दुर्दैवाने त्यांच्या मक्याच्या शेतीची योजना फसली. अपुरा पाऊस, अयोग्य हवामान, शारीरिक कमकुवतपणा यामुळे त्यांना मनाजोगते उत्पन्न कधीच मिळाले नाही. त्यातून डॉरिसच्या आईचे राहणीमान राजेशाही थाटाचे असल्यामुळे भरमसाठ खर्चही होत असे. एकूण डॉरिसचे बालपण हे आर्थिक तंगी आणि तणावातच गेले.

टेलर दांपत्याने डॉरिसला 'रोमन कॅथॉलिक कॉन्व्हेंट ऑल गर्ल्स स्कूल' येथे प्राथमिक शिक्षणासाठी दाखल केले होते. Hellish & lonely असे आपल्या बालपणीच्या काळाचे वर्णन करणाऱ्या डॉरिसने वयाच्या तेराव्या वर्षी शालेय शिक्षण सोडले. तिच्या औपचारिक शिक्षणाच्या कालखंडाला इथेच पूर्णविराम मिळाला.

''मला शाळा आवडत नव्हती म्हणून मी ती सोडली. विविध भाषा आणि गणित शिकायचे राहून गेले, याचे वाईट वाटते. पण वाङ्मय, इतिहास आणि तत्त्वज्ञान या विषयांमधील पारंपरिक, एकाच पठडीतल्या शिक्षणापासून मला दूर राहता आले, याचा आनंद वाटतो.'' असे तिने एकदा मुलाखतीत सांगितले. अर्थात पुढील आयुष्यात विविध प्रकारच्या साहित्यकृतींच्या वाचनातून, व्यासंगातून तिने स्वत:ला घडवले. सामाजिक, राजकीय लिखाणाबरोबरच 'वैज्ञानिक कथा' समर्थपणे हाताळणाऱ्या डॉरिसला पुढे (१९९५ मध्ये) सुप्रसिद्ध हार्वर्ड विद्यापीठाने मानाची पदवी दिली.

'आपण लिहू शकतो.' याची जाणीव तिला शालेय शिक्षण घेत असतानाच झाली होती. ठरावीक पद्धतीने शिकवणाऱ्या शिक्षकांचे विचार तिला पटत नसत. धाडसी स्वभावामुळे ती आपली मते प्रदर्शित करण्यास कचरतही नसे. कुटुंबीयांशी झालेल्या मतभेदातून तिने अचानक घर सोडले. तेव्हा तिचे वय होते, अवघे पंधरा. विद्रोही आणि बंडखोर वृत्तीच्या डॉरिसला अर्थार्जन करावे लागणार आहे, याची जाणीव होती. त्यामुळे तिने नर्सिंगचे प्रशिक्षण घेतले आणि एका हॉस्पिटलमध्ये ती नर्सचे काम करू लागली. (१९३५) याच सुमारास अनेक राजकीय, सामाजिक विषयांवरील पुस्तके तिच्या वाचनात आली. सार्त्र, दोस्तोव्हस्की, ब्रॉंटे सिस्टर्स, किपलिंग, डी. एच. लॉरेन्स, चार्ल्स डिकन्स, बेंजामिन फ्रँकलीन यांच्या साहित्याची गोडी तिला याच कालखंडात लागली. या लेखकांच्या पुस्तकांच्या वाचनातून तिची

स्वतंत्र विचारशैली घडत गेली. उपजत प्रतिभेचे देणे लाभलेल्या डॉरिसला या वाचनछंदातूनच स्वआविष्काराची प्रेरणा मिळाली. याच सुमारास तिने लिखाणाला सुरुवात केली.

१९३७च्या सुमारास तिने टेलिफोन ऑपरेटरची नवी नोकरी पत्करली. ही नोकरी तिला सॅलीसबरी या गावात मिळाल्यामुळे तिने तिकडे स्थलांतर केले. तिथे फ्रँक विझ्डम यांच्याशी तिची ओळख झाली आणि त्यांचा १९३९ साली विवाहही झाला. तिचे हे पहिले लग्न अल्पकालीन ठरले. १९४३ साली त्यांचा घटस्फोटही झाला. या दरम्यान तिला दोन मुले झाली. घटस्फोटानंतर तिने 'लेफ्ट बुक क्लब' चे सदस्यत्व पत्करले. कम्युनिस्ट विचारसरणी असलेल्या लोकांच्या एका गटाने या क्लबची स्थापना केली होती. मार्क्स, लेनिन, स्टॅलीन, त्याचप्रमाणे कम्युनिझमवरील इतर अनेक पुस्तकांचा संग्रह असलेला 'लेफ्ट बुक क्लब' तिच्या राजकीय विचारसरणीची दिशा घडवत गेला. याच क्लबमध्ये तिची 'Gottfried Lessing' या जर्मन राजकीय नेत्याशी ओळख झाली. १९४५ साली त्यांचे लग्न झाले. तिचे हे लग्नही फार काळ टिकले नाही. एक मूल झाल्यानंतर १९४९ साली त्यांनी घटस्फोट घेतला. "लग्न करणे, संसार करणे हे कदाचित माझ्या स्वभावधर्माला अनुकूलच नव्हते असे मला वाटते." असे ती म्हणते. दरम्यानच्या काळात तिचे लिखाणकार्य मात्र सुरू होते. आता तिने लंडनमध्ये स्थायिक व्हायचे ठरवले.

१९४९ साली मुलाला घेऊन ती लंडनला आली. तेव्हा तिच्याजवळ काय होते? तर दोन घटस्फोट, तीन मुले, कम्युनिस्ट पार्टीची मेंबरशिप आणि 'द ग्रास इज सिंगिंग' या तिच्या पहिल्या कादंबरीचे अप्रकाशित बाड!

हातात केवळ १२ पौंड आणि कादंबरीचे हस्तलिखित घेऊन तिने प्रकाशकाचा शोध घ्यायला सुरुवात केली. सुदैवाने लंडन येथील 'मायकेल जोसेफ' या प्रकाशकाने तिची कादंबरी प्रकाशित करण्यास मान्यता दिली. 'द ग्रास इज सिंगिंग'– शहरी संस्कृतीत वाढलेल्या 'मेरी'च्या भावजीवनाची कथा चितारणारी ही कादंबरी. मेरीचं स्वतःचं एक छोटं भावविश्व असतं. तारुण्यातील स्त्रीसुलभ भावना, अपेक्षा आणि त्यानुसार होणारी मानसिक स्पंदने, मित्र-मैत्रिणींचा परिवार, नातेसंबंधातील लोक यांनी बनलेलं तिचे जग – "तू कधी लग्न करशील असं वाटत नाही." या तिला उद्देशून तिच्या विवाहित मित्र-मैत्रिणींनी काढलेल्या उद्‍गारामुळे पूर्णपणे बदलते! या उद्‍गारांचा तिच्या मनावर इतका परिणाम होतो की, ती विवाह करण्याचा निर्णय घेते. ती लग्न करते 'डिक टर्नर' या आफ्रिकेतील एका खेडेगावात राहणाऱ्या शेतकऱ्याशी. अत्यंत उष्ण हवामान असलेला तो प्रदेश, शेतावरील ते छोटेसे कोंदट घर, घरी आणि शेतावर करावी लागणारी शारीरिक कष्टाची कामे, त्या परिसरातील खेडूत या तिला सर्वस्वी अपरिचित असलेल्या

वातावरणात तिचा मानसिक कोंडमारा होतो. भिन्न संस्कार, विचार असलेल्या तिच्या पतीशी तिचे मतभेद होऊ लागतात. या साऱ्यांतून ती तिच्या शेतावर काम करणाऱ्या 'मोझेस' या कृष्णवर्णीय कामगाराकडे आकृष्ट होते. खऱ्या-खोट्याचा निवाडा न करता येणारी मेरी या संबंधांनंतरही विफलच राहते.

सुमारे ४०-५०च्या दशकांतील आफ्रिकेतील वर्णभेदाच्या पार्श्वभूमीवर घडणारी ही शोकांतिका डॉरिसने अत्यंत प्रभावीपणे लिहिली. मेरीच्या मानसिक कुतरओढीचे, भावांदोलनांचे, आफ्रिकेतील निसर्गदृश्यांचे, वर्णद्वेषामुळे ब्रिटिश वसाहत आणि कृष्णवर्णीय यांच्या संबंधांमध्ये असलेल्या ताणांचे शब्दचित्रण तिने अत्यंत वेधकपणे केले आहे. तिच्या बालपणातील अनुभवांचे संचित जणू तिने कागदावर ओतले आहे. तिची ही पहिलीच कादंबरी लंडनमध्ये अतिशय गाजली. तिला 'व्यावसायिक लेखिका' असा शिक्का मिळवून देणाऱ्या या कादंबरीवर पुढे (१९८१-८२) 'किलिंग हिट' नावाचा चित्रपटही निघाला. कादंबरीच्या अनेक आवृत्त्या तर निघाल्याच, त्याचप्रमाणे अनेक भाषांमध्येही ती अनुवादित झाली.

पुढे दोनच वर्षांनी तिने 'द चिल्ड्रन ऑफ व्हायोलन्स' ही एकूण पाच कादबंऱ्यांची मालिका लिहिली. १९५२ ते १९६९ या सतरा वर्षांच्या कालखंडात एकापाठोपाठ लिहिलेल्या तिच्या कादंबऱ्या गाजल्या, त्या वेगळ्या कारणाने.

'अ रिपल फ्रॉम द स्टॉर्म' ही डॉरिसची १९५८ सालची कादंबरी

१९५२ साली लिहिलेली 'मार्था क्वेस्ट' ही त्यांतील पहिली कादंबरी. 'मार्था क्वेस्ट' ही आफ्रिकेत एका छोट्या गावात आपल्या आई-वडिलांसमवेत राहणारी पंधरा वर्षीय तरुण मुलगी... उत्साहाने, तारुण्याने, नव्या जोमाने सळसळणारी ही मुलगी घरातील पारंपरिक वातावरणाला, जाचक बंधनांना कंटाळते. गाव सोडून शहरात पलायन करते. तेथे टायपिस्टची नोकरी मिळवते. पूर्णपणे भिन्न अशा शहरी नव्या जगाचा तिला आलेला अनुभव तिचे आयुष्यच बदलवून टाकतो. अल्लडपणा ते प्रगल्भता असा होणारा 'मार्थाचा'

प्रवास चितारताना डॉरिस जणू स्वत:च्या आयुष्याचे प्रतिबिंब उभे करते. याच मालिकेतील 'द प्रॉपर मॅरेज' ही १९५४ सालातील कादंबरी मार्थाचा विवाह, मातृत्व यांवर आधारलेली आहे.

'ए रिपल फ्रॉम द स्टार्म' (१९५८) ही त्यातील तिसरी कादंबरी विसंवादी वैवाहिक आयुष्यामुळे मार्थाने घेतलेल्या घटस्फोट, कम्युनिझम चळवळीशी तिचे जोडले जाणे आणि जर्मन निर्वासिताशी तिचा विवाह इथपर्यंत प्रवास करते. 'लँडलॉक्ड' (१९६५) आणि 'द फोर गेटेड सिटी' (१९६९) या त्याच मालिकेतील पुढील दोन कादंबऱ्या. यांतील प्रत्येक कादंबरी स्वतंत्रपणे आस्वादता येते. 'द चिल्ड्रन ऑफ व्हायोलन्स'च्या मालिकेतील या पाचही कादंबऱ्यांमधून तिने जणू स्वत:च्या आयुष्याची कहाणी सांगितली आहे. स्त्रीने स्वत:ला खुलेपणाने व्यक्त करणे, हे ५०-६०च्या दशकातील काळात; अगदी युरोपातही धाडसाचे मानले जात असे. म्हणून या कादंबऱ्यांचे महत्त्व अधिक वेगळे ठरते.

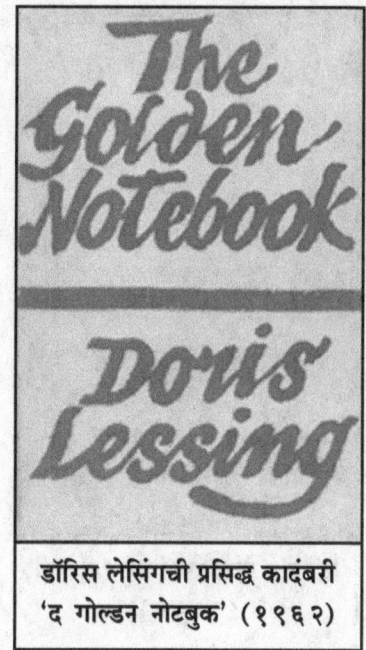

डॉरिस लेसिंगची प्रसिद्ध कादंबरी 'द गोल्डन नोटबुक' (१९६२)

दुसऱ्या महायुद्धानंतर होत गेलेल्या आर्थिक, राजकीय आणि सांस्कृतिक बदलांची दखल तिच्या या साहित्यकृतींनी घेतलीच; शिवाय तिला स्वत:ला आलेल्या अनुभवांमधून जी कथाबीजे तिला मिळाली, तो मूळ गाभाच अस्सल असल्यामुळे 'कसदारपणा' हा तिच्या लिखाणाचा अविभाज्य गुण ठरला. बंडखोर, स्त्रीवादी लेखिका असा तिचा लौकिक होऊ लागला. अर्थात हा 'छाप' तिला अमान्य होता.

स्त्रीवादी चळवळीतील लोक तिला 'स्त्री मुक्तीची नायिका' या रूपात बसवू पाहत होते, ते तिच्या १९६२ साली लिहिलेल्या 'द गोल्डन नोटबुक' या आणखी एका महत्त्वाच्या अभिजात कादंबरीमुळे! लेखिका 'ॲना वुल्फ' हे कादंबरीतील प्रमुख पात्र. 'ॲना वुल्फ' ही लेखिका आपल्या आयुष्यातील घटनांची नोंद वेगवेगळ्या वह्यांमध्ये करते. दक्षिण आफ्रिकेतील अनुभवांचे लिखाण काळ्या वहीत, ब्रिटिश कम्युनिस्ट पार्टी आणि तिचे संबंध याविषयी लाल वहीत, तिचे

'द फोर गेटेड सिटी' ही कादंबरी (१९६९)

प्रेमजीवन आणि त्याचा दु:खद अंत पिवळ्या वहीत, तर गतकालातील स्मृती, भावी स्वप्ने, भावजीवन याविषयी निळ्या वहीत. अनुभव असे कप्प्याकप्प्यांनी लिहीत असताना तिची विचारसरणी बदलत जाते. आयुष्याचा प्रवाह पुढे जात असला, तरी उगमाला, गतकालीन ओघाला जोडतच एक अतूट प्रवाह प्रवास करतो. अनुभवांचे संचित उलगडल्यानंतर ॲनाला ही जाणीव होते आणि मग ती 'गोल्डन नोटबुक' या वहीत त्या साऱ्यांना समाविष्ट करते. ब्रिटिश साहित्यात कादंबरीचा एक नवा फॉर्म आणणारी ही तिची कादंबरी अत्यंत गाजली. आधुनिक जगातील नव्या मतांची, स्वतंत्र विचारसरणीची, आसपासच्या परिसरावर प्रभाव टाकणारी, त्याचप्रमाणे नव्या मूल्यांचा स्वीकार करणारी कादंबरीतील 'ॲना वुल्फ' ही लेखिका म्हणजे जणू डॉरिसची स्वत:चीच प्रतिमा! शैली आणि रचना यांच्या दृष्टीने अगदी वेगळी असणारी ही कादंबरी लंडनमधील 'बेस्ट सेलर' कादंबरी ठरली.

याच सुमारास इराणी-ब्रिटिश लेखक 'इद्रिस शहा' यांची पुस्तके तिच्या वाचनात आली. त्यांच्या सूफी तत्त्वज्ञानाचा प्रभाव तिच्यावर पडला. लाखो वर्षांपासून अस्तित्वात असलेल्या पृथ्वीवरील 'माणूस' उत्क्रांत होत आहे. निसर्गाविषयी त्याला असलेल्या कुतूहलामुळे अनेक नवनव्या शोधांचा जन्म होतो आहे. अगदी लहानांतलहान असणाऱ्या अणुतील घटकांची माहिती ते थेट पृथ्वीबाहेरील आकाशगंगेतील इतर ग्रहांची माहिती घेण्यास तो उत्सुक असतो. विश्वातील सर्व घटकांचे एकमेकांवर होणारे परिणाम, त्याचप्रमाणे पृथ्वीबाहेरील ग्रह-ताऱ्यांचा पृथ्वीच्या वातावरणावर होणारा परिणाम यांचा उत्क्रांतीशी थेट संबंध आहे. हे विश्व कसे निर्माण झाले आणि त्याचा भावी काळात प्रवास कसा होणार आहे? 'विश्वनिर्माता' म्हणजे नक्की कोणती संकल्पना आहे? या सगळ्यांचा 'सूफी तत्त्वज्ञानाने' घेतलेला साक्षेपी आढावा तिच्या वाचनात आल्यानंतर तिने 'वैज्ञानिक कथा' लिहिण्यास सुरुवात केली. 'कॅनोपस इन ॲर्गस' ही वैज्ञानिक कादंबऱ्यांची तिची मालिका परग्रहावरील जीवनावर बेतलेली आहे. 'शिकस्ता' ही १९७९ साली

लिहिलेली त्यातील पहिली कादंबरी. आधुनिक तंत्रज्ञान आणि वैज्ञानिक संकल्पनांवर आधारलेली ही कादंबरी तिच्या नेहमीच्या वाचकवर्गाला तर आवडलीच, पण त्यातील वेगळ्या विषय-मांडणीमुळे तिला इतर वाचकही मिळाले. विज्ञानाची पदवीच काय पण पुरेसे शालेय शिक्षणही न घेतलेल्या डॉरिसने पुढे 'द मॅरेजेस बिट्वीन झोन्स थ्री, फोर, फाइव्ह' (१९८०), 'द सिरियन एक्स्परिमेंट्स (१९८०), 'द मेकिंग ऑफ द रिप्रेझेंटेटिव्ह फॉर प्लॅनेट एट' (१९८२), 'द सम नाइन्टीन' अशा एकापाठोपाठ एक सरस आणि सुरस वैज्ञानिक कादंबऱ्या लिहिल्या. राजकीय, साामजिक, मानसशास्त्रीय लिखाण करणारी डॉरिस आता 'वैज्ञानिक फँटसी' लिहिणारी लेखिका म्हणूनही गाजली जाऊ लागली. इंग्लंडमध्ये ब्रायटन येथे भरलेल्या 'वर्ल्ड सायन्स फ्रिक्शन कन्व्हेंशन'मध्ये ती प्रमुख पाहुणी होती. २७ ऑगस्ट, १९८७ साली झालेल्या या पंचेचाळिसाव्या जागतिक संमेलनात तिला मानाचे स्थान मिळाले.

तिने 'जेन सोमर्स' हे टोपणनाव घेऊन 'द डायरी ऑफ ए गुड नेबर' (१९८३), 'द गुड टेररिस्ट' (१९८५), 'द फिफ्थ चाइल्ड' (१९८८), 'आफ्रिकन लाफ्टर' (१९८२), 'लंडन ऑब्झर्व्हड' (१९९३) या कादंबऱ्या लिहिल्या. त्या कादंबऱ्यांचेही चांगले स्वागत झाले.

'अंडर माय स्किन' या तिने १९९५ साली लिहिलेल्या आत्मचरित्राला सर्वोत्तम आत्मचरित्र म्हणून 'जेम्स टेट ब्लॅक' हे पारितोषिक मिळाले.

डॉरिसल नोबेल पुरस्काराची बातमी कळवताना तिच्या घरासमोर पत्रकार

सॉमरसेट ॲवॉर्ड (१९५४), शेक्सपियर आल्फ्रेड टोफर स्टीफ्टिंग ॲवॉर्ड (१९८२), डब्ल्यू एच स्मिथ लिटररी ॲवॉर्ड (१९८६), ऑर्डर ऑफ कंपॅनियन्स ऑफ ऑनर (१९९९), कंपॅनियन ऑफ लिटरेचर ऑफ द रॉयल सोसायटी (२०००), डेव्हिड कोहेन ब्रिटिश लायब्ररी पुरस्कार (२००१) अशी कितीतरी सन्माननीय बक्षिसे मिळविणाऱ्या डॉरिसला जेव्हा नोबेल पुरस्कार मिळाल्याचे समजले, तेव्हा ती म्हणाली, "मी आज-उद्या या जगात नसेन कदाचित म्हणून नोबेल समितीने मला माझ्या हयातीतच हा पुरस्कार दिला." विसाव्या शतकातील स्त्री-पुरुष संबंधांवर आधारलेल्या काही मोजक्या चांगल्या पुस्तकांपैकी एक, असा तिने लिहिलेल्या 'गोल्डन बुक' या पुस्तकाचा गौरव नोबेल समितीने केला.

स्त्रीवादी लेखिका ही बिरुदावली अमान्य असणाऱ्या या लेखिकेने विशिष्ट विषयांच्या, दृष्टिकोनांच्या, शैलीच्या मर्यादेत न राहता चतुरस्त्र लिखाण केले. तिच्या कादंबरीमधील काही नायिका विद्रोही आणि बंडखोरी करणाऱ्या आहेत; परंतु कथानकांच्या गरजेनुसार त्या तसे रूप धारण करतात.

"पुरुष आणि स्त्री यांच्यात दोन तट पाडून सरळ साधी विधाने करणे मला कधीच जमणार नाही." असे तिने एका मुलाखतीत सांगितले. (२५ जुलै, १९८२, न्यू यॉर्क टाइम्स) 'आपल्या परखड, धाडसी आणि ज्वलंत लिखाणाने समाजाला परीक्षण करायला लावणारी लेखिका.' असे उद्‌गार नोबेल समितीने तिच्याविषयी काढले. कारण तिचे समग्र साहित्य सर्व विषयस्पर्शी आणि परिवर्तनवादी आहे.

एड्सच्या विषाणूची शोधिका

फ्रांस्वाज बारे सिनूस्सी
(Francoise Barre Sinoussi)

देश – फ्रान्स
जन्म – ३० जुलै, १९४७
नोबेल पुरस्कार – वैद्यकीय (२००८)

"एड्सच्या विषाणूच्या शोधाचे यश हे खरंतर या विषाणूवर काम करणाऱ्या सर्व तज्ज्ञांच्या टीमचे यश आहे. भविष्यात या कामासाठी जगभरातील डॉक्टर्स, विषाणूतज्ज्ञ, जैवरसायनतज्ज्ञ, औषधनिर्मितीतज्ज्ञ, विविध हॉस्पिटल्समधील कर्मचारी या सर्वांनी एकत्र येऊन काम करणे आवश्यक आहे. विशेषतः संसर्गजन्य रोगांच्या बाबतीत एकमेकांशी असा संपर्क ठेवून काम करणे, अत्यंत आवश्यक असते."

एड्सच्या विषाणूच्या शोधाबद्दलचा वैद्यकीय विभागातील नोबेल पुरस्कार मिळाल्यानंतर फ्रांस्वाज बारे सिनूस्सीने हे उद्‌गार काढले. "व्हेरी मूव्हड, व्हेरी ऑनर्ड, व्हेरी हॅपी फॉर फ्रान्स" अशी तिची पुरस्कार जाहीर झाल्यानंतरची उत्स्फूर्त प्रतिक्रिया होती. २००८ सालचा वैद्यकीय विभागाचा नोबेल पुरस्कार तिघांना विभागून मिळाला. पुरस्कारातील निम्मी रक्कम जर्मनीचे डॉ. हॅरॉल्ड हाउझन यांना देण्यात आली. त्यांनी गर्भाशयाला होणाऱ्या कर्करोगाच्या विषाणूचा शोध लावला. पुरस्काराची उर्वरित रक्कम फ्रांस्वाज बारे सिनूस्सी व डॉ. ल्यूक मोंतांनिए (Dr. Luc Montagnier) या दोन फ्रेंच शास्त्रज्ञांना देण्यात आली. त्यांनी एड्सच्या विषाणूचा शोध लावला.

**फ्रांस्वाजचे
नोबेलविजेते सहकारी
डॉ. ल्यूक मोंतांनिए**

फ्रांस्वाज बारे सिनूस्सीचा जन्म ३० जुलै १९४७ रोजी पॅरिस (फ्रान्स) येथे झाला. पॅरिस म्हणजे संशोधकांची कर्मभूमी. तेथील विद्यापीठांमधून अनेक शास्त्रज्ञ, विचारवंत, तत्त्वज्ञ निर्माण झाले आहेत. रसायनशास्त्राचा पाया घालणारे थोर शास्त्रज्ञ 'अत्वान लवाझिए' पॅरिसचेच. 'पाणी हे ऑक्सिजन आणि हायड्रोजन या दोन मूलद्रव्यांचे संयुग आहे' हा महत्त्वाचा शोध त्यांनीच लावला. स्टेथोस्कोपची निर्मिती करणारे फ्रेंच डॉक्टर दिनी थिओफिल हायलिंथ लॅनिक यांचीसुद्धा पॅरिस हीच कर्मभूमी. पॅरिस येथील नेकर हॉस्पिटलमध्ये ते वैद्यकीय अधिकारी होते.

दोनदा नोबेल पुरस्कार मिळविलेली पहिली महिला (आणि तेही भौतिकशास्त्र व रसायनशास्त्र या दोन वेगळ्या विषयांत) मेरी क्यूरी हिने सर्व संशोधन पॅरिसमध्येच केले. पॅरिसमध्येच जन्म झालेल्या तिच्या मुलीला, आयरिनलाही पुढे रसायनशास्त्राचा नोबेल पुरस्कार मिळाला. मेरीचे पती पिएर क्यूरी त्याचप्रमाणे जावई (आयरिनचे पती) 'फ्रेडरिक जोलिएट' यांचीही कर्मभूमी पॅरिसच. शास्त्रज्ञांना आणि संशोधकांना पोषक असलेली ही भूमी. भौतिक, रसायन, जीव या मूलभूत विज्ञानांमधील अनेक महत्त्वाच्या आणि लोकोपयोगी शोधांचा पाया येथे घातला गेला. विज्ञानातील शोध केवळ प्रयोगशाळेत बंदिस्त न ठेवता त्यांचा वापर समाजासाठी कसा करता येईल, याचा या शास्त्रज्ञांनी विचार केला. अशा समृद्ध विचारांचा वारसा असणाऱ्या पॅरिसमध्ये फ्रांस्वाजचा जन्म झाला.

फ्रांस्वाजच्या वडिलांचे नाव रॉजे सिनूस्सी (Roger Sinoussi). ते सर्व्हेयर होते, तर तिची आई जानीन फो (Jeanine Fau) ही गृहिणी होती. ७ ऑक्टोबर १९७८ रोजी फ्रांस्वाजचा विवाह जां-क्लोद बारे (Jean Claude Barre) यांच्याशी झाला.

फ्रांस्वाजला लहानपणापासून विज्ञान शाखेची आवड होती. प्रखर बुद्धिमत्ता असलेल्या फ्रांस्वाजला आई-वडिलांनी उच्चशिक्षणासाठी नेहमीच प्रोत्साहन दिले. १९६८ साली पॅरिस हायस्कूलमधून विज्ञानाची पदवी प्राप्त केल्यानंतर तिने पॅरिस विद्यापीठात पुढील शिक्षणासाठी प्रवेश घेतला. १९७२ साली तिने जैवरसायनशास्त्र (Biochemistry) या विषयात पदव्युत्तर पदवी मिळवली. पुढे १९७५ साली पॅरिस येथील जगप्रसिद्ध पाश्चर इन्स्टिट्यूटमधून 'विषाणूशास्त्र' या विषयात तिने पीएच.डी. मिळवली. याच विषयात अधिक संशोधन करावे व आंतरराष्ट्रीय विज्ञानसंस्थांचा अनुभव मिळवावा या उद्देशाने तिने अमेरिकेतील बेथेस्दा विद्यापीठात पोस्ट डॉक्टोरल

संशोधन केले. तेथून परतल्यानंतर ती पुन्हा पॅरिसच्याच पाश्चर इन्स्टिट्यूटमध्ये दाखल झाली.

'रोगांचा प्रादुर्भाव हा जंतूंमुळे होतो.' हा महत्त्वाचा शोध लावून लसीकरणाच्या अद्‌भूत जैविक तंत्रज्ञानाचे जगाला वरदान देणारे सुप्रसिद्ध शास्त्रज्ञ 'लुई पाश्चर' यांनी स्थापन केलेली ही संस्था. संसर्गजन्य रोगांच्या शोधासाठी व उपचारांसाठी एक स्वतंत्र संस्था असणे आवश्यक आहे, असे वाटल्यामुळे त्यांनी १८८८ साली पॅरिसमध्ये ही संस्था स्थापन केली. गेल्या शंभर वर्षांमध्ये तेथे अनेक शोध लावले गेले. 'लुई पाश्चर' यांच्या नावाची ही संस्था या सर्व शास्त्रज्ञांच्या कार्यामुळे नावारूपास आली. अत्यंत महत्त्वाच्या गणल्या जाणाऱ्या एड्‌सच्या विषाणूचा शोध या संस्थेतच लागला, हाही किती सुखद दैवयोग!

खरेतर विज्ञानावर निष्ठा असणाऱ्या, अहोरात्र कष्ट करणाऱ्या शास्त्रज्ञांच्या प्रयत्नांमधून असे योग जुळून येतात. नशीब हे नेहमी प्रयत्नांना आणि पराकाष्ठेलाच साथ देत असते. प्रयासांचा पट सुयोग्य असेल, तर नशीबाचे फासेही सुलटच पडतात. कर्मवादाच्या या सिद्धान्तावर शास्त्रज्ञांचा विश्वास असल्यामुळे विज्ञान व तंत्रज्ञानात मानवाची आज अफाट प्रगती झाली. रोगांची कारणे व उपाय शोधले गेल्यामुळे माणसाचे जीवनमान सुधारले. आयुर्मर्यादा वाढली. माणूस सुखाचे, समृद्धीचे क्षण अनुभवू लागला. शास्त्रज्ञांच्या कष्टांच्या कंपनतरंगानी हे क्षण साकारले, असे आपण म्हणतो ते लौकिकार्थाने; परंतु हे कष्ट केल्यानंतर त्यांना जो विलक्षण आनंद मिळतो, तो अलौकिक असतो. "एड्‌ससारख्या महाभयानक रोगाला कारणीभूत ठरणारा विषाणू जेव्हा मायक्रोस्कोपखाली दिसला तेव्हा मला काहीतरी महत्त्वाचे नव्हे, तर अतिशय महत्त्वाचे सापडल्याचा आनंद झाला." पंचवीस वर्षांपूर्वी लागलेल्या त्या शोध-क्षणांचे वर्णन करताना फ्रांस्वाजने असे उद्‌गार काढले.

एड्‌स (AIDS) म्हणजे 'अॅक्वायर्ड इम्युनो डेफिशियन्सी सिंड्रोम.' विसाव्या शतकाच्या उत्तरार्धात सर्व जगभर पसरलेला एक प्राणघातक संसर्गजन्य रोग. एचआयव्ही (HIV) म्हणजे 'ह्यूमन इम्युनो डेफिशियन्सी व्हायरस', या विषाणूमुळे एड्‌स होतो. गोलाकार रचना असलेल्या या विषाणूची लांबी (व्यास) केवळ १२० नॅनोमीटर असते. एक नॅनोमीटर म्हणजे एका मिलीमीटरचा एकदशलक्षांश भाग. सर्वसाधारणपणे दहा लाख विषाणू

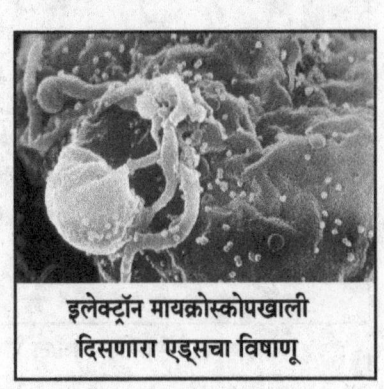

इलेक्ट्रॉन मायक्रोस्कोपखाली दिसणारा एड्‌सचा विषाणू

एकमेकांना जोडले, तर त्याची लांबी केवळ एक मिलीमीटर इतकीच भरेल, इतका तो सूक्ष्म असतो. तो केवळ डोळ्यांनी दिसणे , तर अशक्यच आहे. साध्या सूक्ष्मदर्शक यंत्राखाली-सुद्धा तो दिसू शकत नाही. त्याचे अवलोकन करण्यासाठी अतिशय उच्च रिफ्रॅक्टीव इंडेक्स असणारा इलेक्ट्रॉनिक मायक्रोस्कोप लागतो.

मात्र इतक्या सूक्ष्मातिसूक्ष्म असणाऱ्या या विषाणूने गेल्या पंचवीस वर्षांत जगभरातील सुमारे पंचवीस दशलक्ष (दोन कोटी पन्नास लाख) लोकांचा प्राण घेतला आहे. अर्थात, त्या आधीसुद्धा या विषाणूने अनेकांचे बळी घेतले असतील, परंतु ते नेमके किती हे सांगणे अवघड आहे. कारण या विषाणूचा शोध १९८३ साली लागला आणि त्यानंतर या विषाणूमुळे होणारे मृत्यू व लागण यांच्या आकडेवारींची नोंद ठेवण्यास सुरुवात झाली. हा विषाणू विसाव्या शतकाच्या उत्तरार्धात आफ्रिकेतून इतरत्र पसरला. आफ्रिकेच्या जंगलातील एका विशिष्ट जातीच्या चिंपाझीकडून त्याची लागण झाली. आधी आफ्रिकेच्या सहारा भागात, मग उत्तर आफ्रिकेत, नंतर आखाती देश, त्याचप्रमाणे दक्षिण-पूर्व आशिया, रशिया, चीन, युरोप, अमेरिका असा सर्व जगभरातच त्याने धुमाकूळ घातला. आजवर तीन ते साडेतीन कोटी (म्हणजे जगाच्या एकूण लोकसंख्येच्या ०.६ टक्के) लोकांना त्याची लागण झाली आहे. यातील अडीच कोटी लोक केवळ आफ्रिकेतील सहारा भागातीलच आहेत. तेथील

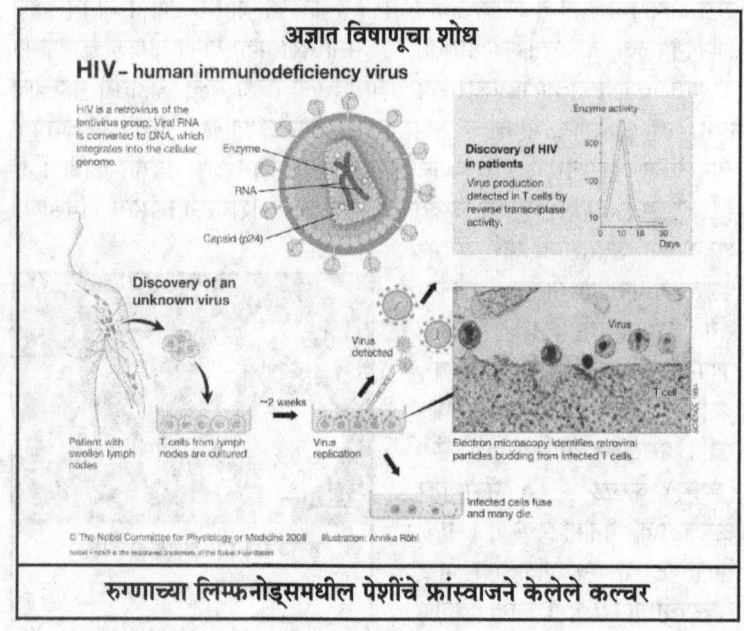

अज्ञात विषाणूचा शोध

रुग्णाच्या लिम्फनोड्समधील पेशींचे फ्रांस्वाजने केलेले कल्चर

एकूण लोक-संख्येच्या जवळपास ६४ टक्के लोक एचआयव्हीबाधित आहेत. कंबोडिया, नायजेरिया, घाना, केनिया इत्यादी देशांत एचआयव्हीबाधित लोकांचे प्रमाण खूप जास्त आहे. या विषाणूची दहशत अशी सर्वत्र पसरल्यामुळे आता युद्ध-पातळीवर त्याची दखल घेणे, आवश्यक ठरत आहे.

फ्रांस्वाज आणि डॉ. ल्यूक मोंतांनिए एड्सच्या विषाणूच्या संशोधनाची माहिती देताना (१९८५)

अति सूक्ष्म असणाऱ्या आणि दहशत पसरविणाऱ्या या आतंकी विषाणूचा संपर्क आणि संसर्ग होतो, तरी कसा आणि संपर्कात आल्यानंतर तो विनाशाचे कार्य करतो तरी कशाप्रकारे, हे जाणून घेण्यासाठी आपल्याला मानवी शरीरशास्त्राची माहिती करून घ्यावी लागेल.

मानवी शरीर अनेक अवयवांनी बनलेले असते. प्रत्येक अवयव असंख्य पेशींनी बनलेला असतो. प्रत्येक प्रकारच्या पेशींचे कार्य आणि रचना वेगवेगळी असते. या पेशींबरोबरच आपल्या शरीरात खास प्रकारच्या संरक्षक पेशीही असतात. कोणत्याही बाह्य संसर्गजंतूशी मुकाबला करण्याची ताकद त्यांच्यात असते. आपल्या शरीरभर पसरलेल्या असंख्य लिम्फनोड्समधून या पेशी बाहेर पडतात. त्यांना 'लिम्फ पेशी' असे म्हणतात. प्रौढ माणसाच्या शरीरात सुमारे $१०^{११}$ (१०० अब्ज) लिम्फ पेशी असतात. त्यांचे 'टी पेशी' व 'बी पेशी' असे प्रकार असतात. 'टी पेशी' या संरक्षणाचे कार्य करतात. त्यांना आपपर भाव ओळखता येतो आणि त्या परतत्त्वाच्या (जीवाणूंच्या व विषाणूंच्या) हल्ल्यापासून आपला बचाव करतात, परंतु एड्सचा विषाणू (एचआयव्ही) या पेशींवरच हल्ला करतो.

या विषाणूची लागण एका व्यक्तीकडून दुसऱ्या व्यक्तीला रक्त, वीर्य, योनिद्रव्य, आईचे दूध यांसारख्या संपर्कमाध्यमांतून होते. असुरक्षित लैंगिक संबंध, समलिंगी संबंध, ड्रग्जसारख्या व्यसनांत वापरल्या जाणाऱ्या इंजेक्शनच्या सुया हे काही प्रमुख घटक एचआयव्हीची लागण होण्यासाठी कारणीभूत ठरतात.

या माध्यमांद्वारे एखाद्या रोगी व्यक्तीमध्ये असलेल्या विषाणूचा निरोगी व्यक्तीच्या

नोबेल समारंभात भाषण करताना फ्रांस्वाज (७ डिसेंबर २००८)
कॅरोलिन्स्का इन्स्टिट्यूट, स्टॉकहोम

शरीरात प्रवेश होतो. मग हा विषाणू त्या व्यक्तीच्याही पेशींवर हल्ला करतो आणि त्यांना निकामी करण्याचा प्रयत्न करतो. या विषाणूच्या संख्येतही भराभर वाढ होते. अर्थात 'टी पेशी' (संरक्षक पेशी) सुरुवातीला त्यांच्याशी कडा मुकाबला करतात. त्यांना परतवण्याचा प्रयत्न करतात, परंतु हा पेशीभक्षक विषाणू हजारो, लाखो, अक्षरश: कोटींच्या संख्येने वाढू लागतो. 'टी पेशी' आणि विषाणूंच्या या लढ्यात अखेर 'टी पेशीं'ची हार होते आणि मग त्यांची संख्या कमी झाल्यामुळे त्या व्यक्तीची रोगप्रतिकारक शक्तीच कमी होत जाते. वारंवार सर्दी होणे, ताप येणे, वजनात भराभर घट होणे, टीबी, कावीळ, नागीण यांसारखे घातक आजार होणे, यांसारखी लक्षणे या विषाणूबाधित रुग्णामध्ये दिसू लागतात. एचआयव्हीबाधित व्यक्तीलाच कालांतराने एड्स होतो, परंतु म्हणून एचआयव्हीबाधित व्यक्ती ही एड्सग्रस्त व्यक्ती नव्हे. एचआयव्हीची बाधा एड्समध्ये रूपांतरित होण्यासाठी काही कालावधी जावा लागतो. प्रत्येक व्यक्तीच्या बाबतीत हा कालावधी वेगवेगळा असू शकतो.

फ्रांस्वाज आणि डॉ.ल्यूक मोंतांनिए यांनी या विषाणूचा शोध लावल्यामुळे या रोगाचे निदान करता येणे शक्य झाले. त्यावर औषधोपचार करण्यासही दिशा मिळाली.

सुमारे सत्तरच्या दशकापासून हा रोग जगात सर्वत्र दिसू लागला होता. रुग्णाची

प्रतिकारशक्ती कमी होत जाणे आणि एकापाठोपाठ अनेक रोगांची लागण होऊन त्याचा मृत्यू होणे, अशा घटनांमुळे वैद्यकीय क्षेत्रात सर्वत्र खळबळ माजली होती. हा रोग नेमका कशामुळे होतो, याची माहिती नसल्यामुळे त्यावर औषधोपचार करणेही अवघड जात होते. वैद्यकीय क्षेत्रातील संशोधकांसाठी तर हे एक आव्हानच ठरले होते. या रोगाच्या लक्षणांवरून त्याला १९८२ साली 'एड्स' हे नाव दिले गेले. इम्युनो डेफिशियन्सी सिंड्रोम म्हणजे रोगप्रतिकारकशक्तीची कमतरता. हीच लक्षणे रुग्णात प्रामुख्याने दिसतात. या रोगाची कारणे शोधण्यासाठी जगभरातील महत्त्वाच्या प्रयोगशाळांमधून अनेक शास्त्रज्ञ युद्धपातळीवर कार्यरत होते.

पॅरिसच्या पाश्चर संस्थेमध्येसुद्धा याबाबतच्या संशोधनाचे कार्य मोठ्या प्रमाणावर चालू होते. फ्रांस्वाज या संस्थेत 'विषाणूशास्त्र' या विभागाची संचालिका व प्राध्यापिका म्हणून कार्यरत होती. त्याच संस्थेत डॉ.ल्यूक मोंतांनिए हे डॉक्टर काम करत होते. फ्रांस्वाज आणि डॉ.ल्यूक यांनी अनेक प्रकल्पांवर एकत्र काम केले होते. विषाणू हा अनेक रोगांचा जनक आणि फ्रांस्वाज ही विषाणूतज्ज्ञ. त्यामुळे तिच्याकडे अनेक तज्ज्ञ मंडळी आपापल्या क्षेत्रातील संशोधनाच्या कामाची चर्चा करण्यास येत. रोगचिकित्सेतील पॅथॉलॉजीचे काम तिच्याकडेच होत असे.

एकदा एका कॉकेशियन रुग्णाच्या सुजलेल्या लिम्फनोडच्या कारणांची चिकित्सा करण्यासाठी काही तज्ज्ञ मंडळींनी तिच्याशी संपर्क साधला. मग तिने आणि डॉ.ल्यूक मोंतांनिए यांनी लिम्फनोडमधील काही पेशींचे कल्चर केले. दोन आठवड्यांच्या कालावधीनंतर त्यांच्या लक्षात आले की, त्या कल्चरमधील पेशी भराभर मृत होत आहेत. सुरुवातीला त्यांना वाटले की, कल्चर करतानाच इतर काही बाह्य घटक त्यात पडले असावेत. मग त्यांनी पुन्हा प्रयोग केले. परंतु पुन:पुन्हा त्यांच्या हेच निदर्शनास आले की, पेशी मृत होत आहेत. हे तर आता स्पष्टच झाले होते की, त्या पेशींमध्येच काही वेगळे घटक असले पाहिजेत, ज्यामुळे पेशी भराभर

फ्रांस्वाजला नोबेल
पुरस्कार देताना
स्वीडनचे राजे किंगकार्ल
(कॉन्सर्ट हॉल, स्टॉकहोम,
१० डिसेंबर २००८)

नष्ट होत होत्या. मग त्यांनी इलेक्ट्रॉनिक मायक्रोस्कोपखाली पेशींची तपासणी केली. तेव्हा त्यांना एक वेगळाच विषाणू त्यात दिसला. म्हणजे 'सब दुखों की जड' हा विषाणूच होता तर! हा विषाणू फ्रांस्वाज आणि डॉ.ल्यूक यांना सापडला, तो दिवस होता २० मे १९८३. सुरुवातीला या विषाणूला 'LAV' म्हणजेच 'लिम्फॅएडिनोपथी असोसिएटेड व्हायरस' असे नाव दिले गेले.

"आम्हाला प्रयोगशाळेत आज काहीतरी वेगळेच सापडले आहे." फ्रांस्वाज घरी गेल्यानंतर तिच्या पतीला त्या व्हायरसविषयी सांगताना म्हणाली. ज्या पेशंटची बॉयॉप्सी केली होती, त्याला एड्स झालेला नव्हता. तो प्रीएड्सचा पेशंट होता. हा व्हायरस आढळल्यानंतर फ्रांस्वाजने खूप प्रयोग केले. त्या कल्चरमध्ये निरोगी रुग्णांच्या 'लिम्फ पेशी' टाकून बघितल्या. तेव्हा तिच्या असे लक्षात आले की, त्या पेशीही भराभर नष्ट होत आहेत आणि मग त्या व्हायरसविषयी ती आणि डॉ.ल्यूक मोंतांनिए यांच्या टीमने शास्त्रीय रिपोर्ट्स तयार केले. अगदी याच सुमारास अमेरिकेतील मेरी लँड स्कूल ऑफ मेडिसिनमधील तज्ज्ञ डॉ. रॉबर्ट गॅलो यांनीही या विषाणूच्या संदर्भात संशोधन केले. पहिले संशोधन आणि निष्कर्ष कोणी मांडला या संदर्भात सुरुवातीला थोडा वाद झाला, परंतु कालांतराने फ्रांस्वाज आणि डॉ.ल्यूक मोंतांनिएचे संशोधन आद्य मानले गेले.

नोबेल पुरस्कार जाहीर झाला तेव्हा फ्रांस्वाज कंबोडियात होती. एड्सग्रस्त रुग्णांची माहिती घेण्यासाठी ती तेथे गेली होती. प्रयोगशाळेतील संशोधन प्रयोगशाळेतच बंदिस्त न राहता ते समाजोपयुक्त झाले पाहिजे, अशी तिची पहिल्यापासूनच धारणा आहे. "पुरस्कार मिळाल्यानंतर आयुष्य बदलल्यासारखे वाटते का?" असे तिला विचारल्यावर ती म्हणाली, "खरंतर माझं आयुष्य १९८३ नंतरच बदललं. विषाणूचा शोध लागला आणि त्यानंतर दोनच वर्षांत मी आफ्रिकेत गेले होते. तिथले एड्सचे रुग्ण, हॉस्पिटल्समधली दयनीय स्थिती, डॉक्टर्सची वानवा, औषधाची कमतरता हे सर्व बघून त्या लोकांसाठी काहीतरी निश्चित असं कार्य करावं, हे ठरवलं. संशोधनाचा उपयोग रोगनिदान, औषधनिर्मिती, इलाज, उपाययोजना यांसाठी व्हावा, असं वाटल्यामुळे 'जागतिक एड्स फाउंडेशनची' स्थापना केली. या भयानक रोगाचा मुकाबला करण्यासाठी जागतिक पातळीवरचं नेटवर्किंग असणं, अत्यंत आवश्यक आहे."

फ्रांस्वाजने एड्सच्या विषाणूचा शोध लावल्यानंतर गेल्या पंचवीस वर्षांत एड्सच्या संबंधाने अफाट कार्य केले आहे. ती अनेक राष्ट्रीय तसेच आंतरराष्ट्रीय वैज्ञानिक संस्थांची सदस्य आहे. तिचे जवळजवळ २१६ लेख वैज्ञानिक मासिकांमधून प्रसिद्ध झाले आहेत. आंतरराष्ट्रीय परिषदांमधून तिने २५० शोधनिबंध वाचले आहेत. संशोधनाची एकूण १७ पेटंट्स तिने दाखल केली आहेत.

ही सारी लक्षणे हेच दर्शवितात की, बदलत्या आधुनिक काळात स्त्री-संशोधिकेला प्रोत्साहन तर मिळतेच आहे, त्याबरोबरच निष्ठेने काम करणाऱ्या स्त्रीला मान-सन्मानही मिळतो आहे. सुमारे शंभर वर्षांपूर्वी याच पॅरिसमध्ये केवळ स्त्री आहे म्हणून 'मेरी क्यूरी' हिला 'अ‍ॅकॅडमी ऑफ सायन्स' या संस्थेचे सदस्यत्व नाकारले गेले होते. या पार्श्वभूमीवर या बदलाचे महत्त्व जाणवते. एड्सच्या विषाणूचा शोध पंचवीस वर्षांपूर्वी लागला, मात्र त्याची लस अजूनही उपलब्ध झालेली नाही, अशी खंत व्यक्त करून फ्रांस्वाज म्हणते, "but there is always hope in life, becasue there is always hope in science." तिच्या या आशावादातच तिच्या भावी संशोधनाचे सूत्र दडलेले आहे.

अर्थवती
एलिनॉर ऑस्ट्रॉम
(Elinor Ostrom)

देश – अमेरिका
जन्म – ७ ऑगस्ट, १९३३, मृत्यू – १२ जून, २०१२
नोबेल पुरस्कार – अर्थशास्त्र (२००९)

''सामान्य माणसांमध्ये काम करण्याच्या अफाट क्षमता असतात. ही माणसे एकत्र आली आणि त्यांनी योजनाबद्ध रीतीने काम करायचे ठरवले, तर अनेक अवघड कामे सहजसाध्य होतील. त्यातून स्थानिक समस्यांचे निराकरण होईल; परंतु दुर्दैवाने आपल्याकडे अशी समजूत असते की, काही विशिष्ट कामे सरकारी अधिकाऱ्यांनीच करावीत. आपल्याला ती कामे करणे कदाचित जमणार नाही.''

अमेरिकेची अर्थतज्ज्ञ 'एलिनॉर ऑस्ट्रॉम'चे हे म्हणणे होते. किंबहुना तिने केलेल्या संपूर्ण संशोधनाचे मर्मच या वाक्यांमध्ये सामावलेले आहे. एलिनॉरला २००९ साली 'अर्थशास्त्र' या विभागाचा नोबेल पुरस्कार मिळाला. हा पुरस्कार तिला अमेरिकेचे अर्थतज्ज्ञ 'ऑलिव्हर विल्यमसन' यांच्यासमवेत विभागून मिळाला.

'एलिनॉर ऑस्ट्रॉम' ही अर्थशास्त्र या विभागाचा नोबेल पुरस्कार मिळविणारी पहिली स्त्री. नोबेल पुरस्काराची योजना १९०१ सालापासून अमलात आली. सुरुवातीला भौतिकशास्त्र, रसायनशास्त्र, वैद्यकीय, साहित्य आणि शांतता या पाच विभागांतच हे पुरस्कार दिले जात.

पुढे 'अर्थशास्त्र' या विभागाची समिती १९६८ साली स्थापन झाली आणि मग

१९६९ सालापासून या विभागाचे नोबेल पुरस्कार दिले जाऊ लागले. 'सेवेरेजीस रिक्स बँक प्राइज इन इकॉनॉमिक सायन्सेस इन मेमरी ऑफ अल्फ्रेड नोबेल' या नावाने हे पुरस्कार दिले जातात. १९६८ साली 'सेवेरीज रिक्स बँक' या स्वीडनमधील बँकेच्या स्थापनेला ३०० वर्षे झाली होती. त्यानिमित्ताने बँकेने 'सर अल्फ्रेड नोबेल' यांच्या स्मृतिप्रीत्यर्थ या पुरस्काराची नोबेल कमिटीकडे शिफारस केली आणि त्याचा आर्थिक भारही उचलला. १९६९ नंतर २००९ साली, म्हणजे तब्बल ४० वर्षांनी एका महिलेला हा पुरस्कार मिळाला.

'अर्थशास्त्र' म्हणजे 'Economics' हा शब्द मूळ प्राचीन ग्रीक 'Oikonomia' या शब्दापासून तयार झाला. 'Oikos' म्हणजे house आणि 'Nomos' म्हणजे custom किंवा law – या अर्थाने 'Economics' म्हणजे 'rules of the household' असे म्हणता येईल. स्त्रीला 'गृहस्वामिनी' म्हटले जाते, परंतु तरीही कुटुंबातील अर्थव्यवहार स्त्रियांच्या हातात येण्यास विसावे शतक उजाडावे लागले. खरंतर विसाव्या शतकाचा उत्तरार्धच म्हणावा लागेल. स्त्रिया शिकल्या. व्यवसाय किंवा नोकरी करू लागल्या तो हा काळ. पण अजूनही कुटुंबाचे वित्तव्यवहार 'स्त्री'च्या हातात सरसकटपणे दिले जात नव्हते. फक्त काही कुटुंबांमध्ये हे प्रमाण दिसून येत होते. आज एकविसाव्या शतकाच्या सुरुवातीसही हे प्रमाण थोडेच आहे. केवळ भारतातच नव्हे, तर जगात इतरत्रही अशीच परिस्थिती आहे. एखाद्या स्त्रीला अर्थशास्त्रातील नोबेल मिळण्यासाठी ४० वर्षांचा काळ जावा लागला, याचे हे एक कारण आहे. 'एलिनॉर ऑस्ट्रॉम'ला अर्थशास्त्राचा नोबेल पुरस्कार मिळाला तेव्हा अनेकांनी भिवया उंच केल्या. हे घडले आजच्या आधुनिक काळात. मग तिने ज्या काळी शिक्षण घेतले, अगदी पीएच. डी.पर्यंतचे, त्या वेळी कशी परिस्थिती असेल?

एलिनॉरचा जन्म ७ ऑगस्ट १९३३ रोजी अमेरिकेतील 'कॅलिफोर्निया' राज्यातील 'लॉस एंजलिस' या शहरात झाला. पहिल्या महायुद्धाचे घातक परिणाम भोगत असतानाच जग दुसऱ्या महायुद्धाकडे वाटचाल करू लागत असल्याचा तो काळ. युद्धाचा अवाढव्य खर्च पेलताना अनेक राष्ट्रे मेटाकुटीस येत होती. त्यामुळे नैसर्गिक साधनसंपत्तीचा वापर अत्यंत काटकसरीने करावा लागत होता. अन्न, वस्त्र, निवाऱ्याच्या दैनंदिन गरजा भागवताना अनेक कुटुंबांना वेगवेगळे उपाय करावे लागत. एलिनॉरचे कुटुंबीय लॉस एंजलिस शहरात राहत होते; परंतु त्यांची आर्थिक स्थिती जेमतेमच होती. सुदैवाने त्यांच्या घराच्या मागच्या भागात त्यांच्या मालकीची थोडी जमीन होती. या जागेचा उपयोग ते फळे आणि भाज्या पिकवण्यासाठी करत असत. भाज्या आणि फळझाडांची लागवड करणे. त्यांना खतपाणी देणे. त्यांची निगा राखणे. ही सर्व कामे एलिनॉर आपल्या आईसमवेत करत असे. इतकेच काय

अतिरिक्त भाज्या आणि फळांचे कॅनिंग करण्याचे तंत्रही तिने लहानपणीच आत्मसात केले होते. तिच्या पुढील आयुष्यातील 'कॉमन पूल रिसोर्सेस' (CPR) या योजनेची बीजं तिने केलेल्या या लहानपणातील कामातच रुजली होती. एलिनॉरचे वडील, अॅड्रेन हे ज्यूधर्मीय, तर आई, लीह ही प्रोटेस्टंट ख्रिश्चन पंथाची होती. त्यामुळे तिच्यावर दोन्ही धर्मांचे संस्कार झाले.

लॉस एंजलिसमधील 'बेव्हर्ली हिल्स' या अतिधनाढ्य मंडळींच्या उच्चभ्रू वस्तीजवळच एलिनॉरच्या कुटुंबीयांचे घर होते. ती ज्या शाळेत (बेव्हर्ली हिल्स हायस्कूल) शिकत होती. तेथे तिच्या वर्गात जवळपास ९० टक्के पाल्य अति श्रीमंतांच्या घरचे होते. महाविद्यालयीन शिक्षण घ्यायचे हे त्यांचे धोरण जवळपास शालेय शिक्षण घेत असतानाच ठरलेले असायचे. अमेरिकेत महाविद्यालयीन शिक्षण महाग असल्यामुळे ते सर्वांनाच घेणे परवडत नाही. एकतर श्रीमंतांची मुले किंवा शिष्यवृत्ती मिळविणारी मुले यांनाच ते शिक्षण घेणे परवडते. इतर काही विद्यार्थी 'अर्न अॅन्ड लर्न' (कमवा आणि शिका) या पद्धतीनेही महाविद्यालयीन शिक्षण घेतात. 'धनिकांच्या मुलांबरोबर शालेय शिक्षण घेताना मला थोडा न्यूनगंड येत असे; परंतु त्यांच्या भावी महाविद्यालयीन शिक्षण घेण्याच्या योजनांचा आणि चर्चांचा माझ्यावर खूप चांगला प्रभाव पडला होता', असे एलिनॉरने एकदा मुलाखतीत सांगितले होते.

शाळेत असताना ती एक हुशार आणि चुणचुणीत मुलगी म्हणून प्रसिद्ध होती; परंतु तिच्यामध्ये एकच वैगुण्य होते– ते म्हणजे 'तोतरे बोलणे'. काही वेळा इतर मित्रमैत्रिणी तिची त्याबाबत थट्टा करत असत. मात्र शाळेतल्या शिक्षकांनी तिच्या या वैगुण्यावर मात करण्यासाठी एक चांगला उपाय शोधला होता. त्यांनी तिला वादविवाद स्पर्धा, भाषण स्पर्धा, कवितावाचन यासारख्या विविध उपक्रमांमध्ये सहभाग घ्यायला लावला. त्यामुळे तिच्यामध्ये हळूहळू आत्मविश्वास निर्माण होऊ लागला. कालांतराने तिच्या शब्दोच्चारात सुधारणा झाली. एवढेच नव्हे तर उत्तम भाषण करणारी मुलगी म्हणून पुढे तिची शाळेत प्रसिद्धी झाली. वादविवाद स्पर्धांमध्ये भाग घेतल्यामुळे प्रत्येक प्रश्नाच्या किंवा समस्येच्या दोन बाजू असतात याची जाणीव तिच्यामध्ये लहानपणापासूनच रुजत गेली.

राजकीय, सामाजिक आणि आर्थिक विषयांमध्ये तिला रुची असल्याचे शालेय जीवनातच तिच्या लक्षात आले होते. त्यामुळे शालान्त परीक्षा दिल्यानंतर तिने राज्यशास्त्र या तिच्या आवडत्या विषयात पुढील महाविद्यालयीन शिक्षण घ्यायचे ठरवले. 'UCLA' (University of California Los Angeles) या विद्यापीठातून १९५४ साली तिने राज्यशास्त्र विषयात बी.ए. ही पदवी मिळविली. त्यानंतर पूर्व अमेरिकेतील बोस्टन येथे एका कायदाविषयक कार्यालयात तिने तीन वर्षे नोकरी

केली आणि पुन्हा पुढील शिक्षण घेण्यासाठी लॉस एंजलिस येथील तिच्या जुन्या विद्यापीठात ती परतली. पदव्युत्तर पदवी संपादन करत असताना तिने काही काळ अर्थार्जनासाठी तिथेच नोकरी केली. १९६२ साली तिने एम. ए. पूर्ण केले आणि त्यानंतर लगेचच म्हणजे १९६५ साली तिने राज्यशास्त्र या विषयात पीएच. डी. ही मिळविली. हे शिक्षण पूर्ण करत असतानाच तिने 'समाजशास्त्र' आणि 'अर्थशास्त्र' या विषयांचेही काही कोर्सेस करून अध्ययन केले. पहिली पदवी मिळाल्यानंतर जेव्हा तिने नोकरी शोधण्यास सुरुवात केली, तेव्हा तिला कोठेही मुलाखतीसाठी गेल्यानंतर 'टायपिंग' आणि 'शॉर्टहॅन्ड' येते का?' असे विचारण्यात येई. कारण तेव्हा स्त्रियांना बहुतेक वेळी 'कारकून' किंवा 'शिक्षक' याच पदावर नेमण्यात येई. (१९५०-६०चे दशक) मग तिने टायपिंग व शॉर्टहँडही शिकून घेतले. अर्थात तिने पुढे 'कारकून' या पदावर कधीच नोकरी केली नाही; परंतु या व्यावसायिक अभ्यासक्रमाचा तिला पुढे मुलाखती घेण्यासाठी खूप चांगला उपयोग झाला. अर्जित शिक्षण हे कधी वाया जात नाही असे म्हणतात, ते यासारख्या उदाहरणांवरूनच!

पदवी शिक्षण घेत असताना ती आणि तिच्या सहकारी विद्यार्थ्यांनी एक प्रकल्प घेतला होता. कॅलिफोर्नियामधील वापराच्या पाण्याच्या योजनेचा तो प्रकल्प होता. या प्रकल्पाचा अभ्यास करत असताना ती अनेक गोष्टी शिकली. मुख्यत्वे दक्षिण कॅलिफोर्नियातील भूअंतर्गत जलसाठ्यांचे उपयोजन हा तिच्या संशोधन प्रकल्पाचा विषय होता. या प्रकल्पातच ती आणि तिच्या सहकाऱ्यांनी 'कॉमन पूल' योजनेचा प्रथम वापर केला. जमिनीखालील पाण्याचा योग्य वापर आणि समान वाटणी कशी करता येईल या दृष्टीने त्यांनी अभ्यास करून हे काम केले. हा तिचा प्रकल्प नावाजला गेला.

पदव्युत्तर पदवी मिळाल्यानंतर पीएच. डी. करण्यासाठी ॲडमिशन घेताना मात्र तिला संकुचित पुरुषी दृष्टिकोनाला सामोरे जावे लागले. राज्यशास्त्र, अर्थशास्त्र ही काही स्त्रियांची क्षेत्रे नव्हेत, असा तेथे अनेक प्राध्यापकांनी विरोधी सूर काढला होता. एकतर शालेय शिक्षण घेत असताना बीजगणित, भूमिती हे विषय तिने घेतले नव्हते. कारण तेव्हाही हे मुलींचे विषय नव्हेतच असा अलिखित नियम होता. मग अर्थशास्त्र या विषयात पीएच. डी. करायचे असेल, तर नेमके या उणिवेवर बोट ठेवले गेले आणि 'राज्यशास्त्र' या विषयात तरी पीएच. डी. करून स्त्रिया काय करणार? त्यांना प्राध्यापिकेची नोकरी दिली, तर त्या कॉलेजचेच 'Reputation' खराब होईल! इथपर्यंत मते मांडण्यात आली. पण अखेर शेवटी तिला राज्यशास्त्रात पीएच. डी. करण्यासाठी प्रवेश मिळाला. त्या वेळी एकूण ४० मुलांच्या वर्गात केवळ तीनच मुलींना प्रवेश दिला गेला होता. पण पुढे एलिनॉरची हुशारी, अभ्यास करण्याची वृत्ती, प्रामाणिकपणा या गुणांमुळे तिला तिच्या सहकाऱ्यांनी

आणि प्राध्यापकांनी सहकार्य दिले. एखादा पुरुष आणि स्त्री यांच्यामध्ये समसमान गुण असले, तरी स्त्रीला सिद्ध होत असताना आणखी जास्त ऊर्जा आणि शक्तीचा वापर करावा लागतो. हे तत्त्व आजही लागू होते. मग त्याकाळी काय परिस्थिती असणार? शिक्षण घेत असताना तिचे भावी पती व्हिन्सेंट ऑस्ट्रॉम यांच्याशी तिची भेट झाली. ते राज्यशास्त्राचेच विद्यार्थी होते. दोघांच्या कामाची क्षेत्रे समान होती. १९६५ साली त्यांचा विवाह झाल्यानंतर ते 'इंडियाना विद्यापीठात' पुढील शिक्षण व नोकरीसाठी गेले. व्हिन्सेंट तेथील राज्यशास्त्र या विभागात प्राध्यापकाची नोकरी करू लागले आणि एलिनॉर तेथे वेगवेगळ्या प्रकल्पांचे आयोजन करू लागली.

तिचा पहिला प्रकल्प होता, 'पोलिस खात्याचे विकेंद्रीकरण.' त्या वेळी पोलिसांचे प्रश्न; पाण्याच्या प्रश्नाइतकेच गंभीर होते. तिने वेगवेगळ्या प्रयोगांची आखणी केली. त्या प्रयोगांमधून आलेल्या निष्कर्षातून तिने अशी भूमिका मांडली की, प्रत्येक शहरात केवळ एकच मोठे पोलिस खाते न ठेवता त्यासोबत अजून तीन मध्यम आणि लहान पोलिस खाती अशी रचना असावी. कारण कित्येक वेळा जवळपास झालेले गुन्हेही शोधून काढता येत नाहीत. त्यापेक्षा विकेंद्रीकरण झाले तर प्रत्येक स्तरावर पोलिसांना करडी नजर ठेवता येईल. हा तिचा प्रयोग इंडियाना पोलीस इथे राबविण्यात आला, आणि त्यात त्यांना पुष्कळ यश मिळाले. त्यानंतर असाच बदल शिकागो आणि सेंट लुई या शहरांतही करण्यात आला. त्याच्या यशस्वितेनंतर सुमारे ८० शहरांतून अशी योजना राबविण्यात आली.

समाजशास्त्र, अर्थशास्त्र आणि राज्यशास्त्र हे विभाग एकमेकांशी जोडले पाहिजेत. त्यांच्यातील तत्त्वांचे आदानप्रदान होणे आवश्यक आहे, असे तिचे मत आहे. सर्वसाधारणपणे विद्यापीठांमधून या शाखांचा स्वतंत्रपणे अभ्यास होतो– एकमेकांशी फारकत असल्यासारखा. पण त्यातील कोणत्याही एका विषयातील ज्ञान हे दुसऱ्या विषयाशी संलग्न आहे आणि त्यांचा एकमेकांवर परिणाम होतो, म्हणून हे तिन्ही विषय एकत्र अभ्यासले पाहिजेत, या विचारातून तिने १९६९ साली एक वर्कशॉप सुरू केले. आठवड्यातून एकदा दर सोमवारी दुपारी हे वर्कशॉप अजूनही भरते. त्यात या तिन्ही विषयांच्या एकत्रीकरणातून काय करता येईल, याचा विचार केला जातो. त्यावर आधारित योजना निर्मिल्या जातात. प्रकल्प आखले जातात आणि त्यांची यशस्वी अंमलबजावणी होते. या तिच्या कार्यक्रमात अनेक विद्यार्थी सहभागी होतात. परदेशातूनही संशोधक, अभ्यासक आणि विद्यार्थी येऊन तेथे औपचारिक, त्याचप्रमाणे अनौपचारिक शिक्षण घेतात.

१९७३ साली तिने 'वर्कशॉप इन पोलिटिकल थिअरी अॅन्ड पोलिटिकल अॅनलीस'ची स्थापना केली. तेथेसुद्धा अनेक विद्यार्थ्यांनी सहभाग घेतला. १९८१पर्यंत त्याचं जाळं सर्व जगभरात पसरलं. 'Learning Science at a university was very much like learning a craft' असं तिचं म्हणणं आहे. तिच्या वर्कशॉप्सना आंतरराष्ट्रीय ख्याती मिळू लागली. याच कामाच्या संदर्भात ती आणि तिचे पती १९८८ साली जर्मनीला गेले. तेथे अर्थशास्त्रातील नोबेल विजेते 'रेनहार्ड सेल्टन' यांची तिच्याशी भेट झाली. त्यांनी तिच्याशी अनेक मुद्यांबाबत चर्चा केली. 'कॉमन पूल रिसोर्सेस (CPR) ही तिची प्रसिद्ध योजना नंतर आकाराला येऊ लागली.

नैसर्गिक साधनसंपत्ती वापरणारा 'कॉमन मॅन' त्याचे योग्य नियोजन आणि उपयोजन करू शकतो. तेही कोणत्याही शासकीय अथवा खासगी संस्थेच्या मदतीशिवाय हा तिचा सिद्धान्त. तो तिने अनेक प्रयोगांतून सिद्ध केला. जंगल, मत्स्योत्पादन, तेलाच्या खाणी, प्राण्यांना चरण्याची कुरणे, शेती या सर्वांचं संरक्षण आणि योग्य वापर सामान्य माणूस गटाने कसा करू शकतो याची मार्गदर्शक तत्त्वे तिने मांडली. १९९० साली 'Governing the commons' हे तिने लिहिलेले पुस्तक तिच्या याच संशोधनावर आधारलेले आहे. आफ्रिका खंडातील देश, त्याचप्रमाणे नेपाळ येथे तिने अशा प्रकारचे प्रयोग केले. त्यात तिला म्हणजेच पर्यायाने हे प्रयोग राबविणाऱ्या सामान्य माणसाला यश मिळाले.

नोबेल पुरस्कार स्वीकारताना एलिनॉर ऑस्ट्रॉम

कोणत्याही कामासाठी शासनावर किंवा एखाद्या खासगी संस्थेवर अवलंबून न राहता योग्य दिशेने स्वप्रयत्न केले, तर उपलब्ध नैसर्गिक साधनसंपत्तीचा पुरेपूर लाभ मिळतो, हे सूत्र सिद्ध करणाऱ्या एलिनॉरला २००९ सालचा 'अर्थशास्त्राचा नोबेल पुरस्कार' मिळाला.

''या विभागाचा पुरस्कार मिळविणारी मी पहिली स्त्री आहे; परंतु मी शेवटची निश्चितच नाही. या क्षेत्रात काम करणाऱ्या अनेक होतकरू तरुण स्त्रिया मला दिसतात. 'अर्थशास्त्र' या तथाकथित पुरुषी समजल्या जाणाऱ्या विषयात त्या नैपुण्य मिळवत आहेत. आपल्या संशोधनांनी भर टाकत आहेत, याचा मला सार्थ अभिमान वाटतो.'' असे तिने नोबेल समितीने घेतलेल्या मुलाखतीत म्हटले. तिचा हा आशावाद भविष्यात अर्थपूर्ण ठरो!

❦

रसायनतज्ज्ञ

अदा योनॅथ
(Ada E. Yonath)

देश – इस्रायल
जन्म – २२ जून, १९३९
नोबेल पुरस्कार – रसायनशास्त्र (२००९)

"There is nothing special about being a woman and having done this work."

रसायनशास्त्र विभागाचा नोबेल पुरस्कार मिळाल्यानंतर अदा योनॅथने काढलेले हे उद्‌गार! 'मी स्त्री आहे, म्हणून मी केलेलं काम काही वेगळं आहे, अवघड आहे, असं समजण्याचं कारण नाही.' असं तिचं म्हणणं!

अदाला २००९ साली रसायनशास्त्रातील नोबेल पारितोषिक मिळाले. हे पारितोषिक तिला अमेरिकेतील रसायनशास्त्रज्ञ थॉमस स्टाईट्ज आणि इंग्लंडमधील भारतीय वंशाचे रसायनतज्ज्ञ वेंकटरमण रामकृष्णन यांच्यासमवेत विभागून मिळाले. रसायनशास्त्र या मूलभूत विज्ञानाच्या शाखेत गेल्या ११० वर्षांमध्ये केवळ चारच महिलांना नोबेल पारितोषिक मिळालेले आहे. अदा ही चौथी महिला. पहिल्या तीन पुरस्कारांनंतर ४५ वर्षांनंतर एका महिलेला हा प्रतिष्ठेचा पुरस्कार मिळाला. १९६४ साली इंग्लंडची डोरोथी हॉजकीन आणि त्यानंतर २००९ साली इस्रायलची अदा योनॅथ.

गेल्या शतकात स्त्रियांना नोबेल पुरस्कार मिळण्याचे प्रमाण खूप कमी होते. या शतकात मात्र परिस्थिती सुधारते आहे, असे म्हणण्याला वाव आहे. अर्थात

नोबेल मिळविणे हे स्त्रियांच्या, किंबहुना व्यक्तीच्या यशाचे मानक आहे असे नव्हे किंवा केवळ नोबेल मिळविण्यासाठीच स्त्रियांनी विविध क्षेत्रांत कर्तृत्व गाजवावे असेही नाही. परंतु नोबेल मिळविणाऱ्या स्त्रियांची कर्तबगारी पाहून इतर स्त्रियांना काम करण्याची प्रेरणा मिळते, एवढे निश्चित! विज्ञान विभागात संशोधनाच्या क्षेत्रात स्त्रियांना भरपूर वाव आहे, असं अदा योनॅथसारखी यशाचा डोंगर चढलेली स्त्री जेव्हा म्हणते, तेव्हा तरुण स्त्रियांना त्या डोंगरावरील अनेक वाटा नक्कीच खुणावू लागतात. चिवटपणा, जिद्द, चिकाटी आणि परिश्रमशीलता हे तर स्त्रियांमधील अंगभूत गुण. या गुणांमुळे विज्ञानक्षेत्रात स्त्रियांना पुरेपूर लाभ मिळू शकतो.

'रायबोसोम्स' या सजीवांच्या पेशींमधील घटकाच्या स्वरूप व कार्य यांच्यावर संशोधन करणाऱ्या अदाला तिच्यामध्ये असलेल्या या गुणांमुळेच यश संपादन करता आले. रायबोसोम्सची रचना अत्यंत गुंतागुंतीची असते. त्यामुळे पेशींमध्ये त्यांचे कार्य नेमके कसे चालते, हे अत्यंत अवघड समजले जाते. हजारो प्रयोग करणे, त्यातून काही निष्कर्ष काढणे, त्यांच्या नोंदी ठेवणे, हे आणि असे काही इतरही वैज्ञानिक संशोधनातील अनेक टप्पे असतात. दर पायरीवर यश मिळतंच असं नाही. कधी-कधी ते हुलकावणीही देतं. मग पुन्हा नवे प्रयोग, नवे सिद्धान्त, नवी अनुमाने. अशी ही संशोधनाची वळणावळणांची प्रक्रिया असते. अदाला तिच्या संशोधन प्रक्रियेविषयी विचारले असता ती म्हणाली, "अडचणींचा एक एव्हरेस्ट पार केला की, पुन्हा दुसरा एव्हरेस्ट समोर उभा ठाकलेला दिसे!"

'तू 'डेड एन्ड' असलेल्या रस्त्यावर चालली आहेस,' 'तुला सफलता मिळणं अवघड वाटतंय', 'आजवर कोणीही यावर संशोधन करू शकलेलं नाही.', 'तुझा मार्गच 'डेड एन्ड'चा आहे असं नव्हे, तर संशोधन करता-करता कदाचित तूच मृत्युमुखी पडशील', असे अनेक जण तिला प्रत्यक्ष किंवा अप्रत्यक्षपणे बोलून दाखवत असत; परंतु रसायनशास्त्र या विषयाची अत्यंत आवड, निरलसपणे काम करण्याची वृत्ती, प्रयोगशीलता आणि पराकोटीची जिज्ञासा यामुळे ती इतरांच्या अशा बोलण्याकडे फारसे लक्ष देत नसे. प्रयोग, सिद्धता, सिद्धान्त हाच रसायनशास्त्र या मूलभूत विज्ञानाचा पाया. या पायावर तिचा असीम विश्वास होता. तिच्या डोक्यामध्ये सतत 'रायबोसोम्स'चेच विचार असत. तिच्या कुरळ्या आणि घनदाट केसांची रचना काहीशी 'रायबोसोम्स'च्या रचनेसारखी आहे. 'तुझ्या डोक्यातच नव्हे, तर डोक्यावरही रायबोसोम्स आहेत,' असे तिचे सहकारी तिला गमतीने म्हणत.

अदा योनॅथचा जन्म २२ जून, १९३९ रोजी इस्रायल देशात 'जेरुसलेम' येथे झाला. तिच्या कुटुंबीयांची परिस्थिती अत्यंत गरिबीची होती. एका छोट्या चार खोल्यांच्या घरात ते राहत असत. त्यांच्यासमवेत आणखी दोन कुटुंबे व त्यांचे

नातेवाईकही राहत असत. जिथे रोजच्या गरजा भागविण्याची भ्रांत तिथे शाळेची फी, पुस्तकांचा खर्च, गणवेश इत्यादी गोष्टी परवडणं अवघडच होतं. पुढे विज्ञान क्षेत्रात अनेक प्रयोग करणारी, त्यात येणाऱ्या अडीअडचणींवर मात करणारी 'अदा योनॅथ' म्हणते, "प्रयोगांमध्ये अयशस्वी झालात, तर तुम्ही तुमचा मार्ग बदलू शकता किंवा विज्ञान विषय सोडून इतरही क्षेत्रात काही करू शकता; परंतु लहानपणी असणारी गरिबी आणि त्यापोटी येणारी विवशता यावर मात्र तुमच्याकडे कोणताही जालीम उपाय नसतो."

यातही सुदैवाचा भाग असा की, अदामध्ये असणारी विज्ञानाची आवड पाहून त्याही परिस्थितीत तिच्या आईने तिला शिक्षणासाठी खूप प्रोत्साहन दिले.

विज्ञानातील कुतूहल आणि जिज्ञासा तिच्यामध्ये अगदी बालवयापासूनच होती. आपल्या घराच्या गॅलरीची उंची किती असेल? हा प्रश्न तिला वयाच्या पाचव्या वर्षी पडला होता. मग या प्रश्नाचं उत्तर शोधण्यासाठी तिने टेबलावर टेबल, त्याच्यावर खुर्ची आणि मग त्याच्यावर पुन्हा स्टूल ठेवून उतरंड मांडली. त्यावर चढून ती छताला हात लावण्याचा प्रयत्न करत असतानाच गॅलरीतून खाली पडली. तिच्या हाताचे हाड मोडून तिला त्यात दुखापत झाली. परिसरातील गोष्टींविषयीची माहिती जाणून घेण्याच्या तिच्या या जिज्ञासेत भावी संशोधकाची बीजं दडलेली होती.

दुर्दैवाने तिच्या वडिलांचे तिच्या वयाच्या अकराव्या वर्षी निधन झाले. जेमतेम प्राथमिक शिक्षण पूर्ण केलेली अदा साफसफाई, मुलांचे संगोपन, त्यांची शिकवणी अशी कामे अर्थार्जनासाठी करू लागली. इतक्या कमी पैशांमध्ये संसार चालविणे कठीण वाटल्यामुळे अदाची आई मुलांना घेऊन 'तेल अवीव' या इस्रायलमधील दुसऱ्या शहरात आपल्या बहिणींकडे राहण्यास गेली. पैशांची विवंचना असली तरी तिची आई तिला शिक्षणासाठी प्रोत्साहन देत असे. तेथील टायकॉन हदश हायस्कूलमध्ये तिने शालेय शिक्षण घेतले. त्यानंतर विज्ञानाची आवड असल्यामुळे तिने पुन्हा जेरुसलेम येथील हिब्रू विद्यापीठात प्रवेश घेतला. १९६२ साली रसायनशास्त्र विषय घेऊन तिने B.S. ही पदवी मिळविली आणि पाठोपाठ १९६४ साली जैवरसायनशास्त्र या विषयात M.S. ही मास्टर्स डिग्रीही मिळविली. 'एक्स रे क्रिस्टलोग्राफी' हा विषय त्या वेळी समृद्ध होत होता. अनेक संशोधक 'एक्स रे' तंत्राच्या साह्याने आपापल्या क्षेत्रात वेगवेगळे संशोधन करू लागले होते. रसायनशास्त्र, जीवशास्त्र, भौतिकशास्त्र, वैद्यकीय त्याचप्रमाणे अभियांत्रिकी, तंत्रज्ञान अशा विविध क्षेत्रांत 'एक्स रे' म्हणजेच 'क्ष किरण' तंत्राचा वापर होऊ लागला होता. या आधुनिक तंत्रामुळे अनेक वैज्ञानिक गुपिते उकलली जाऊ लागली होती. अदाने मग याच

विषयात संशोधन करायचे ठरवले. त्यासाठी तिने इस्रायलमधील 'रेव्होट' येथील 'वाइझमॅन इन्स्टिटट्यूट ऑफ सायन्स' येथे प्रवेश घेतला. पुढे १९६८ साली तिने 'क्ष किरण' तंत्रात पीएच. डी. मिळविली.

याच क्षेत्रात पुढील अत्याधुनिक शिक्षण घेण्यासाठी ती अमेरिकेत गेली. तेथील सुप्रसिद्ध 'कार्नेजी मेलन' विद्यापीठ आणि 'एमआयटी' येथे होत असलेल्या त्याच विषयातील संशोधनाचा तिने अभ्यास केला. तेथे रसायनशास्त्रातील नोबेल विजेते 'विल्यम लिप्स कॉम्ब' यांच्याशी तिचा परिचय झाला. त्यांच्याकडून तिला तिच्या पुढील संशोधनाबाबत मार्गदर्शन मिळाले.

अमेरिकेत पोस्ट डॉक्टोरल संशोधन करून ती १९७० साली इस्रायलमध्ये परतली. अमेरिकेतील अद्ययावत प्रयोगशाळा बघून ती प्रभावित झाली होती. इस्रायलमध्ये ही अशा प्रकारची प्रयोगशाळा असावी, हे तिचे स्वप्न तिने 'बायोलॉजिकल क्रिस्टलोग्राफी' ही प्रयोगशाळा स्थापन करून साकार केले. इस्रायलमधील ही अशा प्रकारची पहिली प्रयोगशाळा. पुढील पिढीतील संशोधकांना त्याचा भरपूर लाभ झाला.

'रायबोसोम्स' या सजीवांच्या पेशींमध्ये असणाऱ्या घटकांच्या रचना व कार्याविषयी तिला अत्यंत जिज्ञासा होती. त्यामुळे तिने त्याबाबत पुढील संशोधन करायचे

भारतीय वंशाचे नोबेल विजेते रसायनतज्ज्ञ वेंकटरमण रामकृष्णन यांच्या समवेत अदा

ठरवले. 'रायबोसोम्स' हा सजीवांच्या पेशीमधील अत्यंत महत्त्वाचा घटक असतो. ते प्रथिनांचे विश्लेषण करतात. सजीवांना अनेक हालचाली करण्यासाठी प्रथिनांची आवश्यकता असते. जसे की श्वसन, पचन, रक्ताभिसरण इत्यादी. शरीरांतर्गत क्रिया किंवा धावणे, चालणे, हालचाली करणे... इत्यादी बाह्यक्रिया. नियंत्रित आणि अनियंत्रित अशा दोन्ही प्रकारच्या हालचाली करण्यासाठी लागणारी ऊर्जा प्रथिनांकडून पुरवली जाते. 'रायबोसोम्स' हे शरीरातील जनुकीय माहितीचे प्रथिनांमध्ये रूपांतर करतात. पेशींमधील रायबोसोम्सची रचना अत्यंत गुंतागुंतीची असल्यामुळे त्यांचे नेमके कार्य कसे चालते याविषयी फारसे संशोधन झालेले नव्हते. रायबोसोम्सची रचना अस्थिर असते, त्यांच्यामधील आरएनए प्रथिने खूप जास्त प्रमाणात असतात, त्यांच्यामध्ये विकराची ठराविक रचना नसते, ते विविध आणि असंख्य आकारांत अस्तित्वात असतात, त्यांच्यात समरूपता (symmetry) नसते. या अशा अनेक कारणांमुळे रायबोसोम्सच्या रचनेची उकल तोपर्यंत विज्ञान जगतात झालेली नव्हती.

१९८०च्या सुमारास एकदा सायकलच्या अपघातात जखमी झाल्यामुळे अदाला काही दिवस हॉस्पिटलमध्ये राहावे लागले. त्या वेळी 'पोलार बीअर' विषयीचा एका वैज्ञानिक मासिकातील लेख तिच्या वाचनात आला. ध्रुवावरील हे प्राणी हायबरनेशनच्या काळात जेव्हा दीर्घकालीन झोपेत असतात तेव्हा त्यांच्या पेशींमधील 'रायबोसोम्स' हे घडीबंद अवस्थेचे रूप घेते. अशा स्वरूपाची माहिती या लेखात दिली होती. 'रायबोसोम्सचे संशोधन करणे अशक्य आहे, ते मृत

अदा तिच्या जेरुसलेम येथील जुन्या घरामध्ये नात आणि मुलीसमवेत

आहेत.' या त्या वेळी असलेल्या संकल्पनेला धक्का देणारी ही माहिती, अदाला पुन्हा त्यांच्याविषयीच्या संशोधनाच्या वाटेवर घेऊन गेली. तिचे कुतूहल जागृत झाले.

१९८०च्याच सुमारास जर्मनीतील बर्लिन येथील सुप्रसिद्ध मॅक्स प्लॅन्क इन्स्टिट्यूटचे प्राध्यापक एच. जी. विटमन यांच्या सहकार्याने तिने तिच्या इस्रायलमधील प्रयोगशाळेत 'रायबोसोम्स'वरील कार्य सुरू केले. या कामी तिला अमेरिकेतील नॅशनल इन्स्टिट्यूट ऑफ हेल्थ (NIH) या संस्थेने आर्थिक मदत दिली. रायबोसोम्सना स्फटिकरूप देऊन मग त्यांच्यावर क्ष किरणांचा मारा केला, तर त्यांच्यातील अणूंची सूक्ष्म रचना समजू शकेल या विचारांनी अदाने रायबोसोम्सच्या स्फटिकीकरणाचा प्रयोग हाती घेतला. काही वर्षांच्या प्रयत्नांनी रायबोसोम्सचे 'मायक्रो क्रिस्टल्स' (लघुस्फटिक) करण्यात तिला यश मिळाले. याविषयीची माहिती तिने अनेक प्रतिष्ठित वैज्ञानिक मासिकांमध्ये दिली. मात्र तिच्यावर कोणीही विश्वास ठेवायला तयार नव्हते. "आतापर्यंत जे कधीच शक्य झाले नाही, ते आताच या स्त्रीकडून कसे शक्य होईल? रायबोसोम्सची रचना उकलणे हे तिचे वेडे स्वप्न आहे. रायबोसोम्स मृत आहेत. पण अदाला जाग यावी." अशी अगदी ज्येष्ठ आणि श्रेष्ठ वैज्ञानिकांनीही तिची संभावना केली. पण नवलाची गोष्ट अशी की, तिच्यावर जितकी जास्त टीका होत असे तितकीच तिच्यामध्ये संशोधनाची ऊर्मी प्रबळ होत असे. अगदी अवघडातल्या अवघड परिस्थितीलाही शरण न जाता ती आपले कार्य चिवटपणे चालूच ठेवत असे. संशोधनाच्या प्रक्रियेतून अनेक टप्प्यांमधून पार पडताना तिने क्रिस्टलोग्राफीची कितीतरी नवनवी तंत्रे विकसित केली. जसे की, रायबोसोम्सच्या स्फटिकांचा अत्यंत कमी (-१८५° सेल्सियस) तापमानात क्ष किरणांच्या साहायाने अभ्यास करणे. तिने शोधलेल्या आणि विकसित केलेल्या काही पद्धती आताच्या काळात नित्याच्या 'रुटीन पद्धती' म्हणून अमलात आणल्या जातात. तिच्या संशोधनातील निष्कर्ष पाहून हळूहळू इतर वैज्ञानिकही त्या प्रकारचे प्रयोग करू लागले. अमेरिका आणि इंग्लंड देशांतील संशोधकही तिच्या संशोधनाची माहिती घेऊ लागले. तिच्यासमवेत नोबेल मिळवणारे भारतीय वंशाचे इंग्लंडमधील रसायनतज्ज्ञ वेंकटरमण रामकृष्णन यांनी एका मुलाखतीत सांगितले की, 'अदा योनॅथ ही रायबोसोम्सची आद्य नायिका आहे. तिच्या कामामुळेच आम्हाला आमचे संशोधन करण्याचा मार्ग खुला झाला.'

१९९०च्या मध्यावर रायबोसोम्सच्या अगदी छोट्या भागाचा 'इलेक्ट्रॉन डेन्सिटी मॅप' करणे शक्य झाले. तो दिवस अदासाठी आणि तिच्या सहकाऱ्यांसाठी अत्यंत आनंदाचा होता. पुढे २०००-२००१ साली तिने रायबोसोम्सचे पूर्ण त्रिमितीय रचनास्वरूप उलगडले, तेव्हा आर्किमिडीजच्या 'युरेका' या आरोळीची तिला

आठवण झाली. जवळपास वीस वर्षांच्या अथक परिश्रमांना यश आले होते. त्यामुळे रसायनशास्त्र त्याचप्रमाणे जीवशास्त्रातील अनेक गूढ बाबींवर प्रकाश पडणार होता. या गोष्टींचा तिला विशेष आनंद वाटला.

२००९ साली तिला यासाठी रसायनशास्त्राचा नोबेल पुरस्कार मिळाला. त्या वेळी तिचे वय होते सत्तर. मुळात सजीवांच्या पेशींमध्ये उत्क्रांतीच्या काळात पहिले 'रायबोसोम्स' कोठून आले? ते प्रथिने कसे आणि केव्हापासून तयार करू लागले? आणि मग पुढे 'प्रथिने बनविण्याची अद्ययावत फॅक्टरी' असे नामाभिधान त्यांना केव्हापासून प्राप्त झाले? या प्रश्नांची आणि त्याच्याशी संबधित अशा काही इतर प्रश्नांची उत्तरे शोधण्यासाठी ती भविष्यात कार्यरत राहणार आहे.

"I am a Scientist, not male or female – A Scientist." असे स्त्रीविषयक काही प्रश्न विचारले तर ती सांगते. उच्चकोटीची कामगिरी केल्यानंतर स्त्री वा पुरुष हा भेद तळाला जातो. माणूस एक व्यक्ती म्हणून स्वत:चा विचार करू लागतो. समाजहित जोपासण्यातून आणि कर्तबगारीची शिखरे गाठण्यातून ही अशी आध्यात्मिक उंची लाभते, याचेच हे निदर्शक!

टेलोमियरची हेड

एलिझाबेथ ब्लॅकबर्न

(Elizabeth Blackburn)

देश – ऑस्ट्रेलिया, अमेरिका
जन्म – २६ नोव्हेंबर, १९४८
नोबेल पुरस्कार – वैद्यकीय (२००९)

''स्त्रियांच्या बाबतीत 'मातृत्व' ही निश्चितच एक महत्त्वाची बाब असते. करिअर करणाऱ्या स्त्रीने आपल्या अपत्यजन्माच्या काळात थोडा ब्रेक जरूर घ्यावा. पण आपल्या व्यवसाय किंवा नोकरीला कायमचे सोडून देऊ नये. कारण तिच्या आयुष्यात हा कालावधी अगदी थोड्या दिवसांपुरता असतो. तो ती निभावून, सांभाळून पुढे जाऊ शकते. माझ्या बाबतीत बोलायचे झाले, तर वयाच्या सदतिसाव्या वर्षीचा तो आठवडा माझ्यासाठी फार रोमांचकारी होता. कारण त्या आठवड्यात मला मी आई होणार ही बातमी समजली होती आणि त्याच आठवड्यात मला 'UCSF' (युनिव्हर्सिटी ऑफ कॅलिफोर्निया सॅनफ्रान्सिस्को) मध्ये प्राध्यापिकेची नोकरी मिळाली होती.''

वैद्यकीय विभागातील नोबेल पुरस्कार विजेती महिला शास्त्रज्ञ एलिझाबेथ ब्लॅकबर्नने हे विचार 'बॅलन्सिंग फॅमिली अॅन्ड करिअर : वन वे दॅट वर्क्ड' या आपल्या लेखात मांडले आहेत. उत्कृष्टपणे पेललेली कौटुंबिक जबाबदारी आणि तितक्याच समर्थपणे मिळविलेले व्यावसायिक यश, असा दुहेरी सफल प्रवास करणाऱ्या या नोबेल विजेत्या स्त्रियांचे चरित्र समाजातील सर्वांसाठीच आदर्श आणि

अनुकरणीय आहे. स्त्रियांमध्ये अफाट कार्यक्षमता असते. गरज असते ती फक्त या क्षमता विस्तारण्याची. योग्य दिशेने, योग्य स्थळी आणि योग्य काळी या क्षमतांचे अभिसरण झाले की, मग कर्तृत्वाचा परिघ विस्तारतो, हे त्यांच्या जीवनावरून लक्षात येते.

विज्ञान क्षेत्रात काम करणाऱ्या स्त्रियांची संख्या आता दिवसेंदिवस वाढते आहे. अमेरिका, ब्रिटन, जर्मनी यांसारख्या पाश्चात्त्य देशांत तर ही संख्या आता लक्षणीय झाली आहे. २००९ साली वैद्यकीय विभागाचा नोबेल पुरस्कार 'एलिझाबेथ ब्लॅकबर्न' आणि 'कॅरोल ग्रेडर' या दोघींना विभागून मिळाला. ही नोबेलच्या इतिहासातील विक्रमी घटना. कारण याआधी हा पुरस्कार दोन महिलांना विभागून मिळाला नव्हता. स्त्रिया एकत्र काम करू शकतात आणि त्या यशस्वी होतात, हे तत्त्व या घटनेने अधोरेखित केले!

एलिझाबेथचा जन्म २६ नोव्हेंबर १९४८ रोजी टॅसमॅनिया या ऑस्ट्रेलियन बेटावरील 'होबार्ट' या राजधानीच्या शहरात झाला. तिची आई 'मार्शिया' आणि वडील 'हॅरॉल्ड' हे दोघेही डॉक्टर होते. तिचे आजोबा आणि पणजोबा भूगर्भशास्त्रज्ञ होते. तिची आत्या आणि मामाही डॉक्टरच होते. एलिझाबेथचे सर्व कुटुंबीय आणि नातेवाईक अत्यंत सुशिक्षित होते. तिच्या आई-वडिलांच्या एकूण सात अपत्यांपैकी ती दुसरी मुलगी. लहानपणापासूनच तिला वन्य जीवनाविषयी खूप कुतूहल वाटे. प्राण्यांची आणि पक्ष्यांची तर तिला खास आवड होती. जेलीफिश, स्टारफिश असे समुद्री प्राणी त्याचप्रमाणे उडणारे वेगवेगळे कीटक, फुलपाखरे, मुंग्या, सरपटणारे प्राणी इत्यादी गोळा करून त्यांचे निरीक्षण करणे, हा तिचा लहानपणीचा छंद होता. कोंबड्या, कुत्री, पोपट, मांजरे, बदके असे विविध पाळीव प्राणी तिच्याकडे असत. तिचे घर आणि घरासभोवतालची बाग या अशा पक्षी आणि प्राण्यांनीच भरून गेलेले असत.

एलिझाबेथ बहिणीसमवेत शाळेचा पहिला दिवस (१९५३)

'जीवशास्त्र' या विषयाची तिला उपजतच आवड असल्यामुळे शाळेतही तिचा कल त्याच विषयाकडे झुकला जाई. ती पियानोसुद्धा उत्तम रीतीने वाजवत असे. लॉन्सेस्टन येथील 'ब्रॉडलॅन्ड हाउस गर्ल्स ग्रामर स्कूल'मध्ये शिकत असताना 'हेलन रॉक्सबर्ग' नावाची उत्तम पियानो शिकवणारी शिक्षिका तिला लाभली होती; परंतु थोड्या

दिवसांनंतर तिच्या लक्षात आले की, पियानोमध्ये करिअर करणे शक्य नाही. तिचं संगीतकार व्हायचं स्वप्न तिनं बाजूला ठेवलं. मात्र पियानो वाजविण्याचा छंद तिनं पुढे आयुष्यभर जोपासला. तिचा खराखुरा ओढा 'जीवशास्त्र' या विषयाकडेच असल्याचे शालेय जीवनातच तिच्या लक्षात आले होते.

दिसायला गोरी, उंचपुरी आणि सुंदर असणाऱ्या एलिझाबेथला एकदा शाळेतील एका शिक्षकाने विचारले की, 'इतकी सुंदर मुलगी आहेस तू आणि तुला विज्ञानात रुची कशी?' हा प्रश्न एलिझाबेथला आजही आठवतो. 'सुंदर स्त्रियांनी विज्ञान शाखांचा अभ्यास करू नये का?' 'विज्ञान हा विषय कुठे इतका रूक्ष आहे?' सौंदर्य आणि रसिकता हे दोन्ही विज्ञानातही दडलेले नाहीत का? असे अनेक प्रश्न तेव्हा तिच्या मनात आले होते. 'जिथे चैतन्य तिथे सौंदर्य', हा तर सृष्टींचा अगदी साधा नियम आहे, मग जीवशास्त्र या विषयात सौंदर्य दडलेले नसेल का? पण काही वेळा सौंदर्याच्या ठराविक साचेबद्ध संकल्पना समाजात रूळलेल्या असतात. 'विज्ञान हा विषय पुरुषांच्या अखत्यारीतला' हा समजही असाच चौकटीत बद्ध झालेला. एलिझाबेथ ज्या काळी शिक्षण घेत होती, त्या काळी स्त्रियांनी नित्य व्यवहारांचे, गृहविज्ञानाचे, कलाकुसरीचे, पाककला, शिवणकाम असे कोर्सेस निवडावेत, अशी समजूत त्या वेळी पाश्चात्त्य देशातही होती.

प्राथमिक शिक्षण पूर्ण झाल्यानंतर एलिझाबेथचे आई-वडील मुलांना घेऊन ऑस्ट्रेलियातच मेलबर्न या शहरात गेले. तेथील शाळेतील विज्ञान शिक्षकांनी मात्र तिला खूप प्रोत्साहन दिले. शालान्त परीक्षा झाल्यानंतर तिने जैवरसायनशास्त्र (Biochemistry) हा विषय निवडून 'मेलबर्न' विद्यापीठात प्रवेश घेतला. तिथे अभ्यास करताना ती या विषयाच्या प्रेमात पडली.

१९७० साली तिने या विषयात B. S. ही पदवी मिळविली. मग तेथील प्रयोगशाळेतील संचालक 'फ्रँक हर्ड' यांनी तिला पदव्युत्तर पदवी घेण्याचा सल्ला दिला. पुढे दोन वर्षांमध्ये म्हणजे १९७२ साली तिने 'जैवरसायनशास्त्र' या विषयात M. S. ही पदव्युत्तर पदवी मिळविली. त्यानंतर तिथल्या मार्गदर्शकांनी, विशेषत: तिचे गुरू 'बॅरी डेव्हिडसन' यांनी तिला इंग्लंडमधील सुप्रसिद्ध केंब्रिज विद्यापीठातील 'लॅबोरेटरी ऑफ केमिकल बायॉलॉजी' (LMB) पीएच. डी. करण्याचा सल्ला दिला; परंतु केंब्रिजमध्ये कोणत्याही परदेशी विद्यार्थ्याला प्रवेश घ्यायचा असेल, तर त्याआधी एक वर्ष संशोधनात्मक काम करावे लागते.

मग तिचे मार्गदर्शक 'फ्रँक हर्ड' यांनी तिला मेलबर्न विद्यापीठातच संशोधन करण्याची संधी दिली. 'उंदराच्या यकृतामधील चयापचय क्रिया' हा तिच्या संशोधनाचा विषय होता. त्याबाबत 'फ्रँक हर्ड' तिचे मार्गदर्शक बनले. फ्रँक हर्ड यांचे व्यक्तिमत्त्व खूप प्रभावी होते. वैज्ञानिक प्रयोग कसे आनंददायी

असतात हे तिला त्यांच्याकडून शिकायला मिळाले. प्रयोगशाळेत काम करणाऱ्या सर्व सहकाऱ्यांना घेऊन ते दर आठवड्याला 'मेलबर्न' शहरापासून दूर रानावनात जात. 'मोझार्ट' या जर्मन संगीतकाराच्या रचना ऐकणे, हा त्यांचा आवडता छंद. एलिझाबेथलाही संगीताची आवड होतीच. फुरसतीच्या वेळेत ती पियानो वाजवत असे. वैज्ञानिक प्रयोग आणि संगीताची एखादी रचना यांच्यामध्ये कमालीचे साम्य असते. ज्याप्रमाणे संगीताच्या एखाद्या रचनेत लय आणि तालाची आवर्तने असतात त्याप्रमाणेच सजीवांच्या शरीरातही लय, तालाची पुनरावृत्ती आढळते. हृदयाचे ठोके, रक्ताभिसरणता, श्वासोच्छ्वासाची गती ही त्याचीच उदाहरणे. वैज्ञानिक प्रयोगांमध्येही संगीताचा नाद लपलेला असतो. त्याची अनुभूती येण्यासाठी विशिष्ट प्रकारची श्रुती लागते आणि त्यातील सौंदर्य जाणून घेण्यासाठी मर्मग्राहक दृष्टी लागते. फ्रँक हर्डच्या सहवासात तिला विज्ञान आणि संगीत यांचा परस्पर मेळ लक्षात आला. तिच्या पुढील संशोधनाचा सूर तिला इथेच गवसला.

ती तेथे काम करत असताना इंग्लंडमधील सुप्रसिद्ध रसायनशास्त्रज्ञ, नोबेल विजेते 'फ्रेडरिक सँगेर' त्यांच्या प्रयोगशाळेत आले होते. एलिझाबेथची अभ्यासूवृत्ती पाहून त्यांनी तिला केंब्रिज विद्यापीठात पीएच. डी. करण्यासाठीचे आमंत्रण दिले. तिचे वर्षभराचे संशोधन संपतच आले होते. आता ती 'केंब्रिज' विद्यापीठात पुढील शिक्षणासाठी रवाना झाली. आपल्या कुटुंबीयांपासून आणि घरापासून दूर असे ती प्रथमच राहणार होती. नवीन, अपरिचित वातावरणात कसे जुळवून घ्यायचे असा ती सुरुवातीला विचार करत असे; परंतु थोड्याच दिवसांत ती तेथे रुळली. तिथले वातावरण तिला आवडले. खूप मोठी प्रयोगशाळा, अतिशय हुशार, अनुभवी आणि दिग्गज प्राध्यापक, सर्व आधुनिक साधनांची उपलब्धता, संशोधनाला वाहून घेतलेले अभ्यासू विद्यार्थी या साऱ्यांनी ती भारावून गेली. थोड्याच कालावधीनंतर तिला लॅबोरेटरी ऑफ मोलिक्युलर बायॉलॉजी (LMB) ही

एलिझाबेथ पियानो वाजवताना मुलासमवेत (१९९०)

प्रयोगशाळा आपलीशी वाटू लागली. १९७५ साली तिने 'मोलिक्युलर बायॉलॉजी' या विषयात पीएच. डी. मिळवली.

त्या काळात जगातील सर्व अत्याधुनिक प्रयोगशाळांमध्ये डीएनए डीऑक्सीन्युक्लीइक ॲसिड (Deoxynucleic acid) या पेशीतील घटकाबद्दल संशोधन चालू होते. एलिझाबेथला या विषयातच पोस्ट डॉक्टोरल संशोधन करायचे होते. त्याच सुमारास केंब्रिजमधील संशोधक तज्ज्ञ 'फ्रेड सॅंगेर'चे विद्यार्थी संशोधक जॉन सेडेट यांच्याशी तिचा परिचय झाला. थोड्याच दिवसांत त्यांचा विवाह झाला. जॉन सेडेट यांना अमेरिकेतील सुप्रसिद्ध विद्यापीठ 'येल' येथे प्राध्यापकपदाची नोकरी मिळाली. त्यामुळे एलिझाबेथनेही तेथे पोस्ट डॉक्टरेट संशोधन करण्याचा निर्णय घेतला.

तेथे येल विद्यापीठातील सुप्रसिद्ध शास्त्रज्ञ डॉ. जोसेफ गॉल यांच्यासमवेत तिला काम करण्याची संधी मिळाली. 'टेट्राहायमिना' या एकपेशीय प्राण्याची रचना अभ्यासणे हा तिचा विषय होता. 'टेलोमियर' – सजीवांच्या पेशींमध्ये असणाऱ्या गुणसूत्रांना संरक्षण देणारा अत्यंत आवश्यक घटक – त्या टेलोमियरच्या रचनेवर वेगळा प्रकाश टाकणारे संशोधन तिने या टप्प्यावर केले आणि त्याबाबतचा त्यांचा पेपर १९७८ साली प्रकाशित झाला.

सजीवांचे अवयव पेशींनी बनलेले असतात. प्रत्येक पेशींमध्ये अनेक पेशिका (cell) असतात आणि प्रत्येक पेशिकेला केंद्र असते. या केंद्रात गुणसूत्रे (chromosomes) असतात. या गुणसूत्रांची प्रत्येक सजीवात एक ठरावीक संख्या असते. पेशी विभाजन होत असताना या गुणसूत्रांची विभागणी होते. तरीसुद्धा जनुकीय माहिती नष्ट होत नाही. याचा अर्थ त्या गुणसूत्रांचे संरक्षण करणारा एखादा घटक अस्तित्वात असला पाहिजे. अमेरिकेतील जनुकतज्ज्ञ डॉ. बार्बरा मॅक्लिंटॉकने याबाबत संशोधन केले होते. त्या संरक्षक घटकाला तेव्हा 'टेलोमियर' असे संबोधण्यात आले होते. डॉ. बार्बराला त्यासाठी १९८३ साली वैद्यकीय विभागाचा नोबेल पुरस्कार मिळाला.

'टेलोमियर' ही गुणसूत्राची संरक्षक टोपी आहे हे तर सिद्धच झाले होते; परंतु या टेलोमियरमध्ये असे कोणते घटक आहेत की, ज्यामुळे त्यांना हे संरक्षणाचे गुणधर्म प्राप्त झाले आहेत? आणि ते घटक हे काम कशाप्रकारे करतात? हे आता पुढील प्रश्न होते. एलिझाबेथचे येल विद्यापीठातील संशोधन हा त्याचाच भाग. टेलोमियरविषयीची उत्सुकता आणि जिज्ञासा वाढल्यामुळे एलिझाबेथने त्याबाबतच सखोल संशोधन करायचे ठरवले. तिच्या आधीच्या संशोधनाच्या मेरिटवर आणि १९७८ साली प्रकाशित झालेल्या पेपरमुळे तिला अमेरिकेतील सुप्रसिद्ध बर्कली विद्यापीठात प्राध्यापकपदाची नोकरी मिळाली.

तिथे तिने 'टेलोमियर' संशोधन विभाग सुरू केला आणि त्या दृष्टीने संशोधक साहाय्यक नेमण्याचे ठरविले. टेलोमियरमधील विशिष्ट घटकाचा नेमका शोध लागला तर वयोवृद्धता आणि कर्करोग यांसारख्या व्याधींवर आणखी काही प्रकाश पडेल, असे तिला खातरीने वाटत असे. गुणसूत्रांची कमी-जास्त लांबीच व्यक्तीची व्याधीग्रस्तता किंवा निरोगी अवस्था ठरवत असते. १९७७च्या सुमारास ती डॉ. बार्बरा मॅक्लिंटॉकलाही भेटली. 'टेलोमियर'विषयी त्या दोघींमध्ये खूप शास्त्रीय चर्चा झाल्यानंतर अखेरीस डॉ. बार्बराने एलिझाबेथला सांगितले की, संशोधकांनी अंत:प्रेरणेवर (intuition) वर लक्ष देणेही आवश्यक असते. का? कसे? कधी? कुठे? अशा कित्येक प्रश्नांची उत्तरे माणूस शोधत आला आहे. परंपरा, पूर्वज्ञान, प्रमेय, प्रयोग, शास्त्रीय आधार अशा कितीतरी पायऱ्या चढून तो गुढाचा शोध घेतो. पण प्रत्येक वेळी त्याला का? आणि कसे? या प्रश्नांची उत्तरे अशी ठरावीक मार्गक्रमणा करून सापडतातच असे नव्हे. (खरंतर निसर्गातील अजून कित्येक प्रश्न अनुत्तरितच आहेत.) कधी-कधी आपलं मन आपल्याला काही सांगत असतं. ते काही वेळा बुद्धीला पटणारे नसेल किंवा कोणत्याही शास्त्रीय निकषांवर त्या वेळी उतरणारे नसेलही; परंतु त्यात तथ्य असू शकतं. मनाची ग्वाही ही सत्य शोधनातील सगळ्यात वरची पायरी असू शकते. हाच या अंत:प्रेरणेचा अर्थ असावा.

लहानपणी मेरी क्यूरीचे चरित्र वाचून एलिझाबेथ खूप प्रभावी झाली होती.

एलिझाबेथ ब्लॅकबर्न आपल्या प्रयोगशाळेत

त्याचप्रमाणे डॉ. बार्बराचे बोलणे ऐकूनही ती भारित आणि आश्वस्त झाली होती. टेलोमियरवर प्रयोग करताकरताच त्यातील घटकांची विशेष माहिती मिळेल, याबाबत ती आशावादी झाली.

१९८०च्या सुमारास तिची अमेरिकेतील सुप्रसिद्ध हार्वर्ड विद्यापीठातील संशोधक डॉ. जॅक झेस्टॉक यांच्याशी एका विज्ञान परिषदेत भेट झाली. तेसुद्धा 'टेट्राहायमिना' या एकपेशीय प्राण्यामधील गुणसूत्रातील 'टेलोमियर'विषयी संशोधन करत होते. त्या दोघांनी या संशोधनाबाबत सुसंवाद राखायचे ठरवले. पुढे १९८३ साली 'कॅरोल ग्रेडर' ही तरुण संशोधक विद्यार्थिनी बर्कली विद्यापीठात 'मोलिक्युलर बायॉलॉजी' या शाखेत प्रवेश घेण्यासाठी आली. एलिझाबेथ ब्लॅकबर्नने तिची मुलाखत घेतली आणि तिची अभ्यासूवृत्ती पाहून तिला ॲडमिशन दिली. कॅरोल ग्रेडरला तर तिची मार्गदर्शक प्राध्यापिका एलिझाबेथ ही एक व्यक्ती नसून एक मोठी संस्थाच आहे, असे वाटले. त्या दोघींनी मिळून अनेक प्रयोग केले. पुढे वर्षभरातच १९८४ सालच्या ख्रिसमसच्या दिवशी कॅरोलला तिच्या प्रयोगशाळेत टेलोमियरमधील एका प्रोटिनयुक्त घटकाचा शोध लागला. पुढे त्या विकराला त्यांनी 'टेलोमरेज' हे नाव दिले. त्यांना एक अत्यंत महत्त्वाचा शोध लागला होता. त्यासंदर्भातील पेपर त्यांनी प्रतिष्ठित वैज्ञानिक मासिकांमध्ये प्रकाशित केले.

हे सगळे संशोधन पूर्ण झाल्यानंतर आता एलिझाबेथ आई होणार होती (१९८७). त्यानंतर काही वर्षांनी तिची युनिव्हर्सिटी ऑफ कॅलिफोर्निया सॅनफ्रान्सिस्को (UCSF) येथील विज्ञान शाखेत प्रमुखपदी निवड झाली.

टेलोमरेजचा शोध १९८४ साली लागला. विज्ञानयुगात या शोधाचे खूप चांगले स्वागत झाले. विस्मृती, कर्करोग, पक्षाघात यासारख्या असाध्य आजारांमध्ये या संशोधनाचा उपयोग होणार होता. टेलोमरेजचा शोध लागल्यानंतरही एलिझाबेथ त्याबाबत अधिक संशोधन करण्यात व्यग्र होती. १९९० साली युनिव्हर्सिटी ऑफ कॅलिफोर्निया सॅनफ्रान्सिस्को (UCSF) येथे मायक्रोबायॉलॉजी आणि इम्युनॉलॉजी या शाखेची प्रमुख म्हणून तिची नेमणूक करण्यात आली. २००१ साली त्यावेळचे अमेरिकेचे अध्यक्ष बिल क्लिंटन यांनी स्थापन केलेल्या 'प्रेसिडेन्ट्स कौन्सिल ऑन बायोएथिक्स' या संस्थेतही तिची नेमणूक झाली. पुढे २००४ साली 'ह्युमन एम्ब्रियॉटिक स्टेम सेल'चा प्रकल्प तिने हातात घेतल्यानंतर राष्ट्राध्यक्ष जॉर्ज बुश यांनी तिला राजीनामा देण्यास सांगितले. वैज्ञानिक संशोधनात सरकारने हस्तक्षेप करू नये, या विचाराने तिने त्याविरुद्ध लढा दिला. २००६ साली तिला अमेरिकेतील वैद्यकीय क्षेत्रातील अत्यंत प्रतिष्ठेचे 'अल्बर्ट लास्कर मेडिकल रिसर्च ॲवॉर्ड' मिळाले. 'टाइम'

या सुप्रसिद्ध मासिकाने तिचा शंभर प्रभावशाली व्यक्तींच्या यादीत समावेश केला.

२००९ साली तिला तिची विद्यार्थिनी कॅरोल ग्रेडर हिला आणि डॉ. जॅक झोस्टॅक यांना 'वैद्यकीय विभागाचा नोबेल पुरस्कार' मिळाला.

टेलोमियर आणि ताणतणाव यांचा काही प्रत्यक्ष संबंध आहे का? हे तपासणे हा तिचा आता पुढील प्रकल्प आहे. ती संशोधक तर आहेच, पण त्याबरोबरच ती उत्तम माता, कसदार लेखिका आणि कुशल प्राध्यापिकाही आहे.

सूक्ष्म गुणसूत्रांमधील अतिसूक्ष्म 'टेलोमियर'ला निरखून तिने आयुष्यभर संशोधन केले. त्यामुळे तिच्या संपूर्ण व्यक्तीमत्त्वालाच वेगळा 'निखार' आला. व्यक्तीमध्ये बुद्धीचे आणि कर्तबगारीचे टेलोमरेजसारखे संरक्षक विकर अस्तित्वात असेल, तर व्यक्तीचे सौंदर्य, जीवनाच्या कोणत्याही टप्प्यावर अबाधितच राहते, हे तिच्या आयुष्यावरून अधोरेखित होते. ❧

परिपूर्ण शिष्या

कॅरोल ग्रेडर
(Carol W. Greider)

देश – अमेरिका
जन्म – १५ एप्रिल, १९६१
नोबेल पुरस्कार – वैद्यकीय (२००९)

''विज्ञानातील प्रयोग, संशोधन आणि त्याबाबतचा अभ्यास हे एकट्यादुकट्याने करायचे काम नव्हे. त्यासाठी टीमवर्कची आवश्यकता असते. कोणत्याही शोधाबाबत आधी झालेले प्रयोग, त्याच्या संदर्भात आपल्या सहकारी आणि मार्गदर्शकांसमवेत केलेली चर्चा, त्याचप्रमाणे त्यातील भावी संभाव्य शक्यतांचा विचार या साऱ्या घडामोडींमधून नवीन कल्पना, नवीन शोध यांच्या दिशेने वाटचाल करावी लागते आणि मगच संशोधनात यश मिळते. हा सारा प्रवास अत्यंत आनंददायी असतो.''

सहकार्य हाच विज्ञानाचा पाया मानणाऱ्या अमेरिकेच्या नोबेल पारितोषिक विजेत्या कॅरोल ग्रेडरचे मत. तिला २००९ साली वैद्यकीय विभागाचा नोबेल पुरस्कार मिळाला. हा पुरस्कार तिला तिची गुरू, मार्गदर्शक एलिझाबेथ ब्लॅकबर्न आणि अमेरिकेतील संशोधक डॉ. जॅक झोस्टॅक यांच्यासमवेत विभागून मिळाला.

कॅरोलचा जन्म १५ एप्रिल, १९६१ रोजी अमेरिकेतील कॅलिफोर्नियातील 'सॅन दियागो' या शहरात झाला. तिचे वडील 'केनिथ ग्रेडर' हे भौतिकशास्त्र या विषयाचे तज्ज्ञ होते. त्यांनी अमेरिकेतील 'बर्कली' या सुप्रसिद्ध विद्यापीठातून भौतिकशास्त्र या विषयात पीएच. डी. मिळवली होती, तर तिची आई वनस्पतीशास्त्रज्ञ

होती. तिनेही बर्कली विद्यापीठातूनच त्या विषयात पीएच. डी. मिळवली होती. 'कॅरोल'चा जन्म झाल्यानंतर ग्रेडर कुटुंबीय अमेरिकेतील कनेक्टीकट राज्यातील 'न्यू हावेन' या शहरात राहण्यास गेले. कारण कॅरोलच्या वडिलांची सुप्रसिद्ध 'येल' विद्यापीठात प्राध्यापकपदी नेमणूक झाली होती. पुढे १९६५ साली तिचे वडील युनिव्हर्सिटी ऑफ कॅलिफोर्निया डेव्हिस (VSD) येथे आले. मग त्यांचे कुटुंबीयही 'डेव्हिस' येथे वास्तव्यास आले. कॅरोल आणि तिचा एक वर्षांनी मोठा असलेला भाऊ आता डेव्हिस येथील 'वेस्ट डेव्हिस एलिमेंटरी' शाळेत प्राथमिक शिक्षण घेण्यासाठी जाऊ लागले. दुर्दैवाने १९६७ साली कॅरोलच्या आईचे निधन झाले. त्या वेळी तिचे वय होते अवघे ६ वर्षे आणि तिच्या भावाचे ७ वर्षे. नित्याची कामे उरकून शाळेत जाणे, स्वतःच्या गणवेशाची, पुस्तकांची काळजी स्वतःच घेणे, वेळच्या वेळी अभ्यास करणे, एकमेकांची काळजी घेणे इत्यादी गोष्टी परिस्थितीनेच त्यांच्यावर सोपवल्या. आईच्या निधनामुळे आपत्ती आली खरी; परंतु त्या संकटाने त्यांना स्वावलंबी बनविले.

कॅरोलचे वडील भौतिकशास्त्रातील अत्यंत हुशार आणि अनुभवी प्राध्यापक म्हणून ओळखले जात. केवळ अमेरिकेतच नव्हे तर इंग्लंड, फ्रान्स, जर्मनी इत्यादी देशांमध्येही त्यांना बोलावण्यात येत असे. १९७१ साली त्यांना जर्मनीतील हायडलबर्ग येथील सुप्रसिद्ध 'मॅक्स प्लॅन्क इन्स्टिट्यूट ऑफ न्युक्लियर फिजिक्स' येथे प्राध्यापकपदी निमंत्रित करण्यात आले. त्यामुळे ते त्यांच्या दोन्ही मुलांना घेऊन हायडलबर्गला रवाना झाले. कॅरोलचे पुढील प्राथमिक शिक्षण आता हायडलबर्ग येथे सुरू झाले. अमेरिका आणि जर्मनी या दोन देशांमधील सामाजिक आणि सांस्कृतिक वातावरण अगदी परस्परभिन्न आहे. त्याचप्रमाणे तेथील शैक्षणिक आकृतिबंधही वेगळा आहे. जर्मनीतील अशा वेगळ्या वातावरणाशी जुळवून घेणे, नवी जर्मन भाषा आत्मसात करणे, नवनवीन मित्रमैत्रिणींशी ओळख करून परिचय वाढवणे, या गोष्टी करताना कॅरोलमध्ये सहकार्य, सामंजस्य आणि सख्यत्व या भावना विकसित झाल्या. पुढे वैज्ञानिक प्रयोग करत असताना मोठमोठ्या संशोधकांनाही तिचे हे गुण चटकन लक्षात येत असत.

तिचा बुद्ध्यांक उत्तम होता. ती हुशार आणि चुणचुणीतही होती. तिच्यामध्ये उत्स्फूर्तता होती आणि ती चपळही होती. पण तरीसुद्धा ती वाचन आणि लिखाण या दोन्हीही बाबतीत इतरांच्या मागे पडत असे. इंग्रजी शब्दांच्या स्पेलिंगमध्ये तिच्या नेहमी चुका होत. कित्येक वेळा तिला स्पेलिंग सुधारण्यासाठी वेगळ्या वर्गात पाठवले जाई. थोड्या दिवसांनी तिच्या शिक्षकांना आणि वडिलांना लक्षात आले की, डिसलेक्सिया (dyslexia) या व्याधीची लक्षणे तिच्यात आहेत. त्यामुळे ती शब्दांमधील अक्षरांचा गोंधळ करते आहे.

'डिसलेक्सिया' या व्याधीचा शोध जवळपास शंभर वर्षांपूर्वीच लागलेला आहे. जर्मनीतील डॉक्टर ओसवॉल्ड बर्कहॅन (१८३४-१९१७) यांना एकदा रुग्णाला तपासताना ही गोष्ट लक्षात आली. तो रुग्ण एक शालेय शिक्षण घेणारा लहान मुलगा होता. त्याची बुद्धी अतिशय तल्लख होती. I.Q. (बुद्ध्यांक) ही चांगला होता. तरीसुद्धा तो शब्दांच्या स्पेलिंगमध्ये खूप चुका करत होता त्या वेळी डॉक्टरांच्या लक्षात आले की, ही वेगळी व्याधी आहे; ते वर्ष होते १८८१. त्यानंतर ५/६ वर्षांमध्ये अनेक डॉक्टरांना या व्याधीबाबत, त्यांच्या लक्षणांबाबत अनेक गोष्टी लक्षात आल्या. ही गोष्ट नेत्रतज्ज्ञांच्याही लक्षात आली. कारण चष्म्याचा नंबर काढताना अक्षरांचे वाचन करणे, ही तर पहिली पायरी. पुढे १८८७च्या सुमारास जर्मनीतीलच स्टुटगार्ट येथील नेत्रतज्ज्ञ डॉ. रुडॉल्फ बर्लिन (१८३३-१८९७) यांनी या व्याधीचे 'dyslexia' असे नामकरण केले. त्यांच्याकडे आलेले काही रुग्ण शब्द वाचून दाखविण्यात गोंधळ करत असत; परंतु हा दृष्टिदोष नसून बौद्धिक पातळीवरचा वेगळा दोष आहे, हे त्यांच्या लक्षात आले. पुढे या व्याधीवर खूप संशोधन करण्यात आले. आजवर या व्याधीवर कोणताही औषधी इलाज उपलब्ध झालेला नाही. असे जरी असले तरी योग्य मार्गदर्शन आणि प्रशिक्षण यांच्या आधारे या व्याधीवर मात करता येते.

जगातील कितीतरी सुप्रसिद्ध व्यक्ती या व्याधींनी ग्रस्त होत्या व आहेत.

कॅरोल ग्रेडर आपल्या प्रयोगशाळेत

सुप्रसिद्ध संशोधक अल्बर्ट आइनस्टाइन, डिस्नेलँडचे वॉल्ट डिस्ने, टेलिफोनचे संशोधक ग्रॅहम बेल, ब्रिटनचे माजी पंतप्रधान सर विल्स्टन चर्चिल, अमेरिकेची माजी राष्ट्राध्यक्ष वुड्रॉ विल्सन, मायक्रोसॉफ्टचे संस्थापक बिल गेट्स, बॉक्सिंग चँपियन मोहम्मद अली, हॉलिवूड अभिनेता टॉम क्रूझ... अशा कितीतरी नामवंत लोकांमध्ये डिसलेक्सियाची लक्षणे आढळली होती. या व्याधीला जिंकून या लोकांनी आपापल्या क्षेत्रात अत्युच्च दर्जाची कामगिरी केली. 'डिसलेक्सिया' असणाऱ्या लोकांची यादी पाहिली की असे वाटते, ही व्याधी शाप नसून वरदानच आहे. तुमच्यामध्ये एखाद्या संवेदनेचा अभाव असेल, तर तुमच्या इतर संवेदना अतिशय प्रखरपणे कार्य करू लागतात. अशी सोय निसर्गानेच करून ठेवलेली असते. रूप, नाद, स्पर्श, रस आणि गंध यातील एखाद्या संवेदनेचा अभाव इतर चार संवेदनांचं आधिक्य निर्माण करतं. हे अनेक उदाहरणांवरून स्पष्ट होतं.

कॅरोल तर सांगते की, या व्याधींचा तिला अनेक टप्प्यांवर फायदाच झाला. शब्दांची स्पेलिंग्ज चुकत असल्यामुळे तिला ती पाठ करावी लागत. या पाठांतराच्या सवयीमुळे तिला जीवशास्त्र आणि इतिहास या दोन विषयांमध्ये जास्त गुण मिळू लागले आणि ते विषय मग तिला खूप आवडू लागले.

शालान्त परीक्षा झाल्यावर तिने 'जीवशास्त्र' या विषयातच पुढील शिक्षण घ्यायचे ठरवले. कारण वैज्ञानिक विषयांची तिला उपजतच आवड होती. पुढे कॅलिफोर्नियातील सँटा बार्बरा येथील विद्यापीठातील प्राध्यापिका स्वीनी बियाट्रीस यांच्याशी तिची भेट झाली. त्या वेळी तिने समुद्रातील प्राणी आणि वनस्पती यांच्याविषयीची अद्भुत माहिती तिला दिली. ती ऐकल्यानंतर तिला त्या विषयांची खूप उत्सुकता निर्माण झाली. मग तिने सँटा बार्बरा विद्यापीठातच 'मरिन इकॉलॉजी' या विषयात पुढील शिक्षण घ्यायचे ठरवले. स्वीनी बियाट्रीस ही तिच्या आईची मैत्रीण होती. तिच्यासमवेत ती अनेक गोष्टी शिकली. त्या विद्यापीठात खेकडे, गोगलगायी, विविध प्रकारचे मासे, त्याचप्रमाणे पाणवनस्पती यांचा प्रयोगशाळेमध्ये मोठ्या प्रमाणावर अभ्यास होत होता. स्वतंत्रपणे प्रयोग करणे, प्रयोगाच्या नोंदी ठेवणे, सांख्यिकी तयार करणे, निष्कर्ष काढणे त्यावरून अनुमान लावणे इत्यादी गोष्टी ती तेथेच शिकली. तेथे काम करणारे प्राध्यापक, सहकारी, विद्यार्थी यांच्यामध्ये अत्यंत खेळीमेळीचे वातावरण होते. 'कॉलेज ऑफ क्रिएटीव्ह स्टडीज' या सँटा बार्बरामधील विद्याशाखेत ती चांगलीच रमली. १९८३ साली तिने जीवशास्त्रातील बी.ए. ही पदवी मिळवली.

तिला आता पदव्युत्तर शिक्षण घेण्याचे वेध लागले. कारण जीवशास्त्रातील ही पदवी प्राप्त करत असताना शैक्षणिक प्रकल्पाचा एक भाग म्हणून ती जर्मनीतील 'गॉटिनजेन' या सुप्रसिद्ध विद्यापीठात गेली होती. जीवशास्त्र या विषयातील तो एक

संशोधन प्रकल्प होता. त्याच विषयांच्या अनुषंगाने जैवरसायनशास्त्र (Biochemistry) आणि जनुकशास्त्र (Genetics) या विषयांचाही तिथे तिने काही काळ अभ्यास केला. सजीवांच्या पेशींमध्ये असणाऱ्या गुणसूत्रावरील संरक्षक कवच 'टेलोमियर' विषयीची उत्सुकता तिच्यामध्ये याच अभ्यासविषयांमुळे निर्माण झाली.

पदव्युत्तर पदवीचे (एमएस) भावी शिक्षण आता याच विषयात करायचे असे तिने पक्के ठरवले. अमेरिकेतील विद्यापीठांमध्ये एमएस करायचे असेल, तर 'जीआरइ' (ग्रॅज्युएट रेकग्निशन एक्झाम) द्यावी लागते. चांगल्या विद्यापीठात प्रवेश मिळवायचा असेल, तर त्यात उत्तम गुणही मिळवावे लागतात. कॅरोलने 'जीआरइ' ही प्रवेशपूर्व परीक्षा तर दिली, पण त्या परीक्षेतील तिचा 'स्कोअर' म्हणावा तितका चांगला आला नाही. या परीक्षेत इंग्रजी स्पेलिंग, निबंध लेखन, सारांश लेखन या विषयांचा समावेश असतो. कॅरोलला असलेल्या 'dyslexia' या व्याधीमुळे अर्थातच या विषयांमध्ये कमी गुण मिळाले. तरीसुद्धा तिने अनेक विद्यापीठांमध्ये प्रवेशअर्ज भरले. बऱ्याचशा विद्यापीठांकडून तिला नकार आला. खरंतर तिचे पदवी परीक्षेचे गुण अत्यंत चांगले होते पण जीआरइचा स्कोअर कमी होता. तिने तर आशा सोडली होती. पण अखेर तिला कॅलिफोर्निया इन्स्टिट्यूट ऑफ टेक्नॉलॉजी (कॅलटेक) आणि 'बर्कली' अशा दोन सुप्रसिद्ध विद्यापीठांतून मुलाखतीसाठी बोलावण्यात आले.

मुलाखतीनंतर दोन्हीही ठिकाणी तिची निवड झाली. पण तिने 'बर्कली' विद्यापीठातच प्रवेश घ्यायचे ठरवले. याचे कारण तिची मुलाखत ज्या प्राध्यापिकेने घेतली ती होती, डॉ. एलिझाबेथ ब्लॅकबर्न. टेलोमियरसाठी तिने स्वतंत्र प्रयोगशाळा तयार केली होती. टेलोमियरमध्ये निश्चितच कोणता तरी घटक अस्तित्वात असला पाहिजे, ज्यामुळे टेलोमियर संरक्षणाचे कार्य करू शकतात. यासंदर्भात तिचे निश्चितपणे होकारार्थी संशोधन झालेले होते. आता हा घटक कोणता आणि तो कसा कार्य करतो, या प्रश्नांची उत्तरे शोधण्यासाठीचे प्रयोग तिथे भविष्यात करायचे होते. एलिझाबेथ ब्लॅकबर्नने टेलोमियरच्या बाबतीत ज्या तळमळीने ही माहिती कॅरोलला सांगितली, ते ऐकून कॅरोल खूप प्रभावित झाली. आवडत्या विषयासाठी योग्य मार्गदर्शक मिळणे, यापरी ते भाग्य कोणते? एलिझाबेथनेही कॅरोलमध्ये असलेली जिज्ञासू वृत्ती, बुद्धीची चमक आणि काम करण्याचा उत्साह पाहून तिची शिष्या आणि सहकारी म्हणून निवड केली.

सजीवांच्या पेशींमधील गुणसूत्रे एक अत्यंत महत्त्वाचा घटक. त्यावर असतात असंख्य जनुके – जी ठरवतात सजीवाचे अंतर्बाह्य रूप. व्यक्तीची उंची, बांधा, त्वचेचा रंग, डोळ्यांचा रंग, केसांचा पोत इत्यादी बाह्यांगांचे स्वरूप, त्याचप्रमाणे बुद्धी, चापल्य, स्वभाव, हालचाली अशी अंतरंगेही ठरवतात ही जनुकेच. गुणसूत्रांच्या

टोकावरील टोपीसारखे कवच म्हणजे 'टेलोमियर' – ते रक्षण करत असते गुणसूत्रांचे. पेशी विभाजनाच्या वेळीसुद्धा जनुकीय माहिती नष्ट होत नाही, ती या संरक्षक आवरणामुळेच.

बर्कली विद्यापीठात मोलिक्युलर बायॉलॉजीच्या विभागात याबाबत संशोधन चालले होते. आता तिथे कॅरोल आली होती. जवळपास नऊ महिने ती याबाबतीत विविध प्रयोग करत होती. एके दिवशी तिने ज्या बाह्य घटकांचा वापर होतो, त्यातील एक घटक पदार्थ बदलला आणि मग प्रयोगशाळेत योग्य ती तयारी करून ती घरी गेली. १९८४ सालच्या ख्रिसमसच्या आधीचा दिवस होता तो. दुसऱ्या दिवशी (ख्रिसमसच्या दिवशी) ती प्रयोगशाळेत आली आणि तिने टेलेमियरची 'क्ष किरण' पारदर्शिका पाहिली. तेव्हा तिला त्या वेगळ्या पदार्थाचे दर्शन झाले. अत्यंत आनंदी होऊन तिने ती बातमी तिची गुरू एलिझाबेथला सांगितली. मग त्या दोघींनी वारंवार त्या प्रयोगाची तपासणी केली. प्रयोगाची सत्यासत्यता पटण्यासाठी अशी खातरी करून घेणे अत्यंत आवश्यक असते. साऱ्या शक्यतांची खातरजमा केल्यानंतर त्यांना खातरी पटली की, 'टेलोमियर'मधील विकर त्यांना सापडलेला आहे. ज्यामुळे टेलोमियर त्याचं कार्य सुकरपणे करू शकतो. १९८५ साली त्यांनी त्यांच्या या संशोधनाची माहिती 'सेल' (Cell) या प्रतिष्ठित वैज्ञानिक मासिकात प्रकाशित केली. त्या वेळी त्यांनी या विकराला 'टेलोमियर टर्मिनल ट्रान्सफरेज' असे लांबलचक नाव दिले. पण मग कालांतराने या विकराचे 'टेलोमरेज' असे

कॅरोल ग्रेडर आणि एलिझाबेथ ब्लॅकबर्न

सुटसुटीत लघु रूपांतर करण्यात आले.

पुढे १९८७ साली तिने बर्कली विद्यापीठातच 'मोलिक्युलर बायॉलॉजी' या विषयात पीएच. डी. प्राप्त केली. यानंतर तिला न्यू यॉर्कजवळील सुप्रसिद्ध 'कोल्ड स्प्रिंग हार्बर' या प्रयोगशाळेत पोस्ट डॉक्टोरल रिसर्च करण्याची संधी मिळाली. त्यासाठी तिला तीन वर्षांची शिष्यवृत्तीही मिळाली. 'कोल्ड स्प्रिंग हार्बर' ही जनुकशास्त्र या विषयातील जगातील सुप्रसिद्ध प्रयोगशाळा. १९८३च्या नोबेल विजेत्या जनुकतज्ज्ञ डॉ. बार्बरा मॅक्लिंटॉक हिने जिथे आयुष्यभर संशोधन केले ती ही प्रयोगशाळा. येथे कॅरोलने स्वतंत्रपणे संशोधन करण्याचा अनुभव घेतला. ती तिच्या कामामध्ये इतकी प्रामाणिक आणि निष्ठावान होती की, तीन वर्षांच्या आतच तिला तेथील फॅकल्टीमध्ये प्राध्यापकपदी नेमण्यात आले.

त्यानंतर १९९३ साली ती बाल्टीमोर (मेरिलँड, वॉशिंग्टन डी.सी.) येथील जॉन हॉपकिन्स मेडिकल कॉलेजमध्ये 'मोलिक्युलर बायॉलॉजी आणि जेनेटिक्स' या विभागाच्या संचालकपदी रुजू झाली. तेथे काम करत असताना तेथील प्राध्यापक नॅथेनियल कम्फर्ट यांच्याशी तिचा परिचय झाला. विज्ञानाचा इतिहास लिहिणारे हे प्राध्यापक विज्ञानक्षेत्रात खूप प्रसिद्ध आहेत. त्यांची अनेक पुस्तके गाजली. 'जीवशास्त्राचा इतिहास' हा त्यांचा खास आवडीचा विषय. १९९३ साली कॅरोलने त्यांच्याशी विवाह केला. त्यानंतर आजतागायत ती जॉन्स हॉपकिन्स विद्यापीठात कार्यरत आहे.

२००६ साली तिला 'अल्बर्ट लास्कर ॲवॉर्ड इन मेडिसीन' हे अमेरिकेतील वैद्यकीय क्षेत्रातील प्रतिष्ठित पारितोषिक मिळाले. त्याचप्रमाणे तिला २००७ साली 'लुईसा ग्रॉस हॉविट्झ' पुरस्कार मिळाला. त्यानंतर २००९ साली वैद्यकीय क्षेत्रातील सर्वोच्च समजला जाणारा नोबेल पुरस्कार मिळाला.

आपल्या प्रयोगशाळेत तिने चाइल्ड केअर सेंटर ठेवलेले आहे. जास्तीतजास्त स्त्रियांना ती संशोधनाची संधी देते. स्त्री संशोधकांना कौटुंबिक पाठबळ मिळणे अत्यंत आवश्यक आहे, असे ती आवर्जून सांगते. संशोधनाचे पेपर्स, निष्कर्ष, सन्माननीय बक्षिसे, कागदपत्रे यांची रीतसर आणि अद्ययावत नोंद ठेवणे – हे इतकं काम जरी स्त्री संशोधिकेच्या कुटुंबातील लोकांनी केले तरी अर्धा पाठिंबा मिळाल्यासारखे असल्याचे तिचे मत आहे. स्त्रिया खूप अफाट कार्य करू शकतात. फक्त तिच्या आसपास असलेल्यांना या आणि अशा अनेक छोट्या बारकाव्यांच्या भेगा हेरून भरता आल्या पाहिजेत, असे ती म्हणते.

आविष्कार स्वातंत्र्यवादी
हॅर्टा म्यूलर
(Herta Muller)

देश – जर्मनी, रुमानिया
जन्म – १७ ऑगस्ट, १९५३
नोबेल पुरस्कार – साहित्य (२००९)

''मी त्याच्यासाठी चांगली होते,
तोही होता, तसा माझ्यासाठी चांगलाच
पण फक्त... .
पण फक्त, दारे-खिडक्या आहेत बंद
आता वाऱ्यातूनच येतो,
एकमेकांच्या अस्तित्वाचा गंध... .''

बालपणीचा आणि तारुण्याचा काळ रुमानियन हुकूमशाही सत्तेच्या अधिपत्यात काढलेल्या 'हॅर्टा म्यूलर' या जर्मन कवयित्रीची ही कविता. आविष्कार स्वातंत्र्याची गळचेपी झाली तरी गळ्यातून सर्जनाचे हुंकार येतातच हे काळाच्या पटलावर सिद्ध झालेलं तत्त्व. कला आणि संस्कृतीला प्रोत्साहनातून पुष्टी मिळतेच. पण प्रतिबंधाच्या बेड्या असल्या तरी त्यापासूनसुद्धा कला आणि संस्कृती मुक्तीची वाट शोधू पाहतात, असा आजवरचा इतिहास सांगतो. ''रोका किती ही कुणीही, स्फुरेल तरी आमची वाणी ही!'' अशी ही वाङ्मयाची किमया. सर्जनशील व्यक्तीची जेव्हा मुस्कटदाबी होते, तेव्हा त्याची मननाची, चिंतनाची वृत्ती वाढीस लागते. उच्चाराला बंदी असेल, तर विचार मनाचा तळ गाठतात. मग त्यातून उमटणाऱ्या कलाकृती

त्याच्या मनाचेच प्रतिबिंब दर्शवतात. विचारांचे अधिष्ठान असल्यामुळे त्या अधिक परिपक्व वाटतात. अस्सल वाटतात. मूळच्या जर्मन पण स्थलांतरित रुमानियन असणाऱ्या लेखिका व कवयित्री हॅर्टा म्यूलरला २००९ सालचा 'साहित्य' विभागाचा नोबेल पुरस्कार मिळाला. 'आपल्या साहित्यातून भूमिहीन आणि धनहीन लोकांच्या जमिनीवरील रम्य देखावे चितारणारी लेखिका' या शब्दांत नोबेल समितीने तिचा गौरव केला. दडपशाही, दहशतवाद, मुस्कटदाबी या आविष्कार स्वातंत्र्याला विघातक असणाऱ्या घटकांशी वैचारिक सामना करतानाच तिच्या विविध साहित्यकृती जन्माला आल्या.

हॅर्टाचा जन्म १७ ऑगस्ट १९५३ रोजी 'निट्झकीडॉर्फ' (Nitzkydorf) या रुमानिया देशातील एका खेड्यात झाला. या भागात अल्पसंख्याक जर्मनांची वस्ती होती. हॅर्टाचे आजोबा खूप श्रीमंत शेतकरी आणि सधन व्यापारी होते. पण तेथील कम्युनिस्ट राजवटीने त्यांच्या संपत्तीवर टाच आणली. परक्या ठिकाणी राहायचे, त्यामुळे प्रत्येक पातळीवर स्वत:ला सतत सिद्ध करत राहायचे. तरी उपरेपणाची भावना कायमच वस्तीला असलेली! स्थलांतरित, अल्पसंख्याक लोकांची ही शोकांतिका जगात सर्वत्रच आढळते. राज्यकर्त्यांचा रोष आणि आसपासच्या लोकांची वाळीत टाकण्याची वृत्ती यातून हॅर्टाचे कुटुंबीय भरडले गेले. त्या वेळी दुसरे महायुद्ध चालू होते. त्यामुळे देशादेशांतील घृणास्पद राजकारणाची काळी किनार या शोकांतिकेत भर पाडत होती. त्या वेळचे रुमानियन सत्ताधीश हुकूमशहा 'अॅन्टोनेस्क्यू' हे जर्मन नाझींच्या बाजूचे असल्यामुळे त्यांनी हॅर्टाच्या वडिलांना युद्धासाठी जर्मनीत पाठवले होते. रुमानियावर हिटलर आणि मुसोलिनीची दहशत तर होतीच, पण कालांतराने रशियाने त्यांच्यावर आक्रमण केल्यानंतर अॅन्टोनेस्क्यूंना आता त्यांच्या बाजूने लढावे लागणार होते. मग रशियन लेबर कँपमध्ये लोकांना पाठविण्यात येऊ लागले. डिपोर्टेशनसाठी सरकारने अर्थातच अल्पसंख्याक जर्मनांना निवडले. लाखो रुमानियन जर्मनांची रवानगी रशियन लेबर कँपमध्ये करण्यात आली. हॅर्टाच्या आईलाही सक्तीने नेण्यात आले. जवळपास पाच वर्षे ती आपल्या कुटुंबीयांपासून दूर रशियात लेबर कँपमध्ये हलाखीच्या स्थितीत होती. दुसऱ्या महायुद्धाच्या वेळी अशा अनेक निष्पाप लोकांना भयप्रद स्थितीत जीवन कंठावे लागले. आई रशियन छळछावणीत, तर वडील नाझी जर्मन सैनिक. परिस्थितीचा तडाखाच असा विचित्र होता. नियतीने पती-पत्नींना एकमेकांच्या विरोधात उभे केले होते. अशी परिस्थिती त्या वेळी असंख्य कुटुंबीयांमध्ये, सग्यासोयऱ्यांमध्ये उद्भवली होती. हॅर्टा म्हणते, "लहानपणी जेव्हा माझ्या आसपासचे जर्मन, नाझी स्तवनांची गाणी गात तेव्हा मी जर्मन असूनही मला यातना होत. हिटलरच्या भयानक संहाराचा प्रतिवाद करताना जगही क्रूर, संहारक होत होते."

महायुद्ध संपल्यानंतर हॅर्टाच्या आई-वडिलांची सुटका झाली. हॅर्टाचे वडील रुमानियात आले. ट्रक ड्रायव्हिंगचे काम करून ते आपल्या कुटुंबीयांची गुजराण करू लागले. हॅर्टाच्या आईला रशियन लेबर कँपमध्ये असताना 'हॅर्टा' नावाची एक मैत्रीण भेटली होती. दुर्दैवाने तेथील छळछावणीत तिचे निधन झाले. हॅर्टाच्या आईने आपल्या मुलीचे नाव 'हॅर्टा' ठेवले, ते या तिच्या मैत्रिणीच्या स्मृतिप्रीत्यर्थच!

'निट्झकीडॉर्फ' हा पश्चिम रुमानियातील भाग शहरापासून दूर आहे. हॅर्टाचे लहानपण याच खेड्यात गेले. आपण मोठेपणी लिहू, लेखक होऊ याची पुसटशीही कल्पना हॅर्टाला नव्हती. एकतर तिच्या आई-वडिलांचे शिक्षण फारसे झाले नव्हते. त्यांच्या घरात पुस्तकेही नव्हती. त्या खेड्यातील जंगलात, रानावनात हिंडताना ती झाडे, फुले, पशू, पक्षी यांच्यात रमत असे. आपण मोठेपणी आपल्या मावशीसारखा शिवणकामाचा व्यवसाय करावा किंवा हेअरड्रेसर व्हावं, अशी तिची लहानपणाची स्वप्ने होती. एवढं मात्र खरं की, ती फुलांशी, प्राण्यांशी संवाद साधताना वेगळी नावे, विशेषणे यांचा वापर करत असे. भाषेचा असा वेगळा वापर करण्याची तिची उपजत आवड तिच्या आईच्या लक्षात आली होती. तिची मातृभाषा जर्मन होती, पण शालेय शिक्षण घेत असताना तिला त्या देशाची, रुमानियन भाषा शिकण्याची संधी मिळाली. वेगवेगळ्या भाषा शिकताना मेंदूच्या क्षमतेचा पूर्ण वापर होतो, का उलट बौद्धिक ऊर्जेचा अपव्यय होतो? या प्रश्नांची उत्तरे आपल्याला अजूनही नीटपणे मिळालेली नाहीत. आचार, विचार, उच्चाराची एकच भाषा असेल, तर शिक्षण सुलभ होते आणि मग इतर जीवनोपयोगी विषयांतही कौशल्य मिळविता येते. यातून पर्यायाने समाजाचा आणि देशाचा विकास त्वरेने होतो. हे तर जगात बघायला मिळते आहे; परंतु विविध भाषा शिकणाऱ्या व्यक्तीचा वैयक्तिक विकास त्रिस्तरीय पातळीवर होऊन व्यक्तीला बहुमुखी, बहुगुणी आयाम मिळतो, हेही तितकेच खरे!

मातृभाषा जर्मन आणि शाळेत 'रुमानियन' भाषा शिकावी लागली म्हणून हॅर्टाच्या बुद्धीचा ऱ्हास झाला नाही. उलट दोन्ही भाषांमधील वाक्प्रचार, म्हणी, संकल्पना, संस्कृती, परंपरांच्या जाणिवा तिच्यामध्ये रुजत गेल्या. रुमानियन भाषेला असलेली काव्यात्मकता, लयता, गेयता तिच्या स्वत:च्या जर्मन भाषेतही भिनत गेली. तिच्या जर्मन वाङ्मयाचे जे वेगळेपण जाणवते ते यामुळेच!

शालेय शिक्षण पूर्ण झाल्यानंतर तिने टिमिसोआरा शहरातील 'टिमिसोआरा' विद्यापीठात भाषा विषयांमध्ये पुढील शिक्षण घ्यायचे ठरविले. 'निट्झकीडॉर्फ' या तिच्या मूळ गावापासून दूर असलेल्या या शहरात वातावरण पूर्णतया भिन्न होते. आधुनिक सुधारणा, उच्च शिक्षणाची सोय, शैक्षणिक, सांस्कृतिकरीत्या समृद्ध वातावरण, नोकरी किंवा व्यवसाय करण्याच्या संधी. या वातावरणात तिने मोकळा

श्वास घेतला. पण थोड्याच दिवसांत तिच्या लक्षात आले की, येथे फक्त श्वासोच्छवासाला म्हणजे जगत राहण्याला मोकळीक आहे. अन्याय, अत्याचार यांच्याविरुद्ध 'ब्र' काढण्याचीही परवानगी नाही. त्या वेळी रुमानियामध्ये कम्युनिस्ट हुकूमशहा 'निकोल सिएसेस्क्यू' (Nicolae Ceasescu's) याची सत्ता होती. अल्पसंख्याक जर्मनांवर त्याने अनेक निर्बंध घातले होते. आचार, विचार, उच्चारबंदी हा त्यातील एक मोठा निर्बंध. तरुण हॅर्टाने 'उच्चारस्वातंत्र्य' असावे यासाठी महाविद्यालयीन तरुण-तरुणींच्या साहाय्याने एक चळवळ उभी केली. लोकशाही मार्गांनी मानवी मूलभूत हक्कांची मागणी करण्यासाठी तिने आंदोलने केली. पण या ना त्या मार्गाने ही विद्यार्थी चळवळ दडपून टाकण्यात आली.

१९७६ साली तिला भाषा विषयांमध्ये (जर्मन, रुमानियन) पदवी मिळाली. त्यानंतर तिला 'टेक्नोमेटल' या एका अभियांत्रिकी कंपनीत अनुवादकाची नोकरी मिळाली. धातूची अवजारे आणि यंत्रे तयार करणाऱ्या या कारखान्यातील अनेक उपकरणे जर्मनी किंवा ऑस्ट्रियातून मागवली जात. त्या यंत्रांसाठीचे 'युजर्स मॅन्युअल' जर्मन भाषेत असे. त्यातील शब्दांचा रुमानियन भाषेत अनुवाद करण्यासाठी त्यांनी

'ॲक्टिऑन्स ग्रुप बॅनॅट' मध्ये चर्चा करताना हॅर्टा

हॅर्टाला नेमले होते. तिच्याकडे जर्मन व रुमानियन भाषेतील एक मोठा शब्दकोश होता. त्यात प्रत्येक शब्दाचे जवळजवळ वीस अर्थ दिलेले होते. सुरुवातीची काही वर्षे तिची नोकरी व्यवस्थित सुरू होती. काही वेळा तांत्रिक, क्लिष्ट शब्दांचे अर्थ ती तिच्या रुमानियन सहकाऱ्यांना विचारत असे. परंतु एकदा तेथील कम्युनिस्ट सत्ताधारी पक्षातील काही लोक तिच्याकडे एक वेगळेच काम घेऊन आले. हे काम गुप्त स्वरूपाचे होते.

त्या कंपनीत जर्मनीतून 'डेलिगेट्स' येत असत. जर अशा प्रकारच्या जर्मन व्यक्ती कंपनीत आल्या, तर हॅर्टाने त्यांच्यावर नजर ठेवावी. कंपनीतील तिचे रुमानियन सहकारी त्यांच्याबरोबर काय बोलतात याकडे बारकाईने लक्ष द्यावे. त्या माणसांच्या सर्व व्यवहारांवर पाळत ठेवावी– आणि या सर्व कामाविषयीचे लिखाण 'माय इंप्रेशन' या शीर्षकाखाली गुप्तपणे सरकारकडे द्यावे. अशी त्यांनी मागणी केली. हॅर्टाने अर्थातच या कामाला नकार दिला. नकार दिल्यानंतर त्या लोकांनी हॅर्टाला वेगळ्याप्रकारे छळायला सुरुवात केली. ते आता रोज सकाळी ७.३० वाजता तिला कंपनीत बोलावू लागले. दररोज कंपनी सोडण्यासाठी तिच्यावर दबाव आणण्यात येई. तिच्याकडील अनुवादकाचे पद काढून तिला आता दुय्यम पदावर नोकरी करण्यास भाग पाडले. तरीही तिने राजीनामा दिला नाही. 'मला तुम्ही काढून टाका आणि तसे लेखी स्वरूपात कारणासकट द्या' असे तिने तिच्या अधिकाऱ्यांना धीटपणे सांगितले. त्याबाबत ती कंपनीच्या कामगार नेत्याशीही बोलली, पण काहीच उपयोग झाला नाही. अखेर तिने १९७९ साली कंटाळून राजीनामा दिला. पण हे दुष्टचक्र इथेच थांबले नव्हते. तिच्यावर समन्स बजावण्यात आले. अरब विद्यार्थ्यांबरोबर तिचे अनैतिक संबंध आहेत. ती वेश्या आहे. टिमिसोआराच्या रस्त्यांवर ती अनधिकृत वस्तूंचा व्यापार करते. असे अनेक खोटे आरोप तिच्यावर करण्यात आले. त्याच सुमारास तिचे मित्र रिचर्ड वॅगेर यांनाही वृत्तपत्राच्या ऑफिसमधून पदच्युत करण्यात आले होते. पुढे या खोट्या बालंटातून तिची सुटका झाली. तारुण्याच्या काळातील हा धक्कादायक अनुभव तिला अनेक गोष्टी शिकवून गेला. पुढे तिने लिहिलेल्या 'आय डोन्ट वॉन्ट अ मीटिंग टुडे' हे पुस्तक याच अनुभवांवर आधारलेले आहे. अन्यायाची जाणीव, दडपशाहीच्या मूक खुणा, वास्तवाचे भयकारी दर्शन यातून तिची लेखनकला जागृत झाली. नंतर अर्थार्जनासाठी तिने लहान मुलांना शिकविण्याची नोकरी पत्करली. त्याचप्रमाणे ती जर्मन भाषेची शिकवणीही घेऊ लागली.

रुमानियामध्ये १९७२ साली अल्पसंख्याक असलेल्या जर्मन लेखक आणि विचारवंतांनी 'ॲक्टिऑन्स ग्रुप बॅनॅट' या संस्थेची स्थापना केली होती. अनेक जर्मन लोक त्या संस्थेचे सदस्य होते. दडपशाहीविरुद्ध आपला आवाज उठविण्यासाठी ते

या मंचाचा वापर करत. हॅर्टानेही या संस्थेचे सदस्यत्व पत्करले होते. तिथे होणाऱ्या चर्चा आणि विचारांची देवाणघेवाण यातून हॅर्टातील 'लेखिका आणि कवयित्री' विकसित होत गेली.

त्यानंतर तिने अल्पसंख्याकांच्या अनुभवांवर आधारित असलेला नॅडीर्स (Nadirs) हा आपला पहिला कथासंग्रह जर्मन भाषेत लिहिला. १९८२ साली तो प्रकाशित करायचे ठरवले. पुस्तक लिहून, संस्करण करून, छापून तयार झाले होते; परंतु कडक सेन्सॉरशिप असलेल्या सत्ताधारी निकोलच्या धोरणामुळे तिला ते पुस्तक प्रकाशित करण्यासाठी मनाई केली गेली. मग तिने तिचा मूळ देश जर्मनी येथे ते प्रकाशित करायचे ठरविले. १९८४ साली तिने ते लपूनछपून प्रकाशित केले. ती रुमानियात असल्यामुळे जर्मनीतही तिचे नाव फारसे प्रकाशझोतात नव्हते. पण तरीसुद्धा या पुस्तकाचे बऱ्यापैकी स्वागत झाले. त्यातील पिळवटून टाकणाऱ्या दहशतवादाच्या कथांना वास्तवाचा पाया होता. त्यातील अभिव्यक्ती स्वतंत्र होती. त्यातील भाषेचा पोत अनोखा होता. नवख्या कथालेखकाच्या कोणत्याही खुणा त्यात दिसत नव्हत्या.

यानंतर मात्र रुमानियात तिला सतत दडपण आणि दहशतीच्या छायेखाली राहावे लागत होते. तिला देश सोडण्याचीसुद्धा परवानगी मिळत नव्हती. लेखकाच्या लेखणीचं बळ बलशाली सत्ताधीशांनाही भयकंपित करते. तलवारीची पात लेखणीच्या धारेपुढे बथ्थड ठरते. हॅर्टाने हातात शस्त्र तर मुळीच घेतलं नव्हतं. आसपासच्या वास्तवाचं तिनं केलेलं शब्दचित्रण तेथील सत्ताधीशांना खुपू लागलं होतं. पुढे ॲक्टिऑन्स ग्रुपमधील जर्मन-रुमानियन लेखक 'रिचर्ड वॅगेर' यांच्याशी तिची ओळख झाली. १९८६ साली त्यांचा विवाह झाला. त्यानंतर १९८७मध्ये त्या दोघांना पश्चिम जर्मनीत स्थलांतर करण्याची परवानगी देण्यात आली. त्यानंतर आजतागायत ती पश्चिम जर्मनीतील बर्लिन शहरातच वास्तव्यास आहे. तिथे तिने अनेक प्रसिद्ध विद्यापीठांमध्ये प्राध्यापिकेची नोकरी केली.

तिच्या जन्मापासून ते १९८७पर्यंत म्हणजे जवळपास ३४ वर्षे ती परक्या देशात, रुमानियात राहिली, वाढली. तेथील भाषा, संस्कृती आणि तेथील समाज हे तिच्या मूळ जर्मन परंपरेपासून वेगळे होते. हा तिच्या पूर्वायुष्यातील संचिताचा महत्त्वाचा भाग. केवळ हेच तिच्या लेखनाचे कारक घटक नव्हते. ती ज्या पद्धतीने दडपशाहीच्या वातावरणात वाढली, त्याचे पडसाद तिच्या वाङ्मयातून उमटत राहिले. ''रुमानियाला मी सोडून आले आहे. तो माझा भूतकाळ आहे. तो देश आता माझ्यापासून शेकडो किलोमीटर दूर आहे. पण तिथे व्यतीत केलेला काळ मात्र कायम माझ्याजवळ असतो,'' असे ती म्हणते.

पण तिच्या साहित्यातून तेथील केवळ वाईट आठवणी प्रवास करत नाहीत.

तर त्या देशातील रूढी, परंपरा, श्रद्धा, विश्वास यांच्या चांगुलपणाच्या पाऊलखुणाही तिच्या वाङ्मयात आढळतात. दडपशाहीविरुद्ध बंडखोरी याचाच अर्थ न्यायपूर्ण समाजव्यवस्थेवर विश्वास. मग तो राजकीय उठावातून व्यक्त होतो किंवा लेखकाच्या ठाव घेणाऱ्या लेखणीतूनही झरतो. आपल्याकडे अनेक दलित लेखकांच्या आत्मचरित्रांनी प्रचलित सामाजिक व्यवस्थेला धक्के दिल्याची उदाहरणे आहेत. परिवर्तनाच्या वाटेचा उगम या अशा लेखनातूनच सिद्ध होतो.

१९८६ साली प्रकाशित झालेली 'पासपोर्ट' ही तिची पुढची कादंबरी. 'पुरुष हा जगात 'फीसंट' या पक्ष्यासारखा वागतो, वावरतो' या रुमानियन समजुतीवर आधारित असलेली ही कादंबरी अत्यंत गाजली. रुमानियाच्या खेड्यातील एका गिरणी कामगाराच्या जीवनावरची ही कथा. मूळच्या जर्मन असणाऱ्या या कामगाराला जर्मनीत जायची ओढ असते. पण त्याला रुमानियन सरकारची परवानगी मिळत नाही. स्थलांतरितांच्या प्रश्नांची समस्या अधोरेखित करणारी ही कादंबरी पुढे अनेक भाषांमध्ये अनुवादित झाली. स्थलांतरितांचे प्रश्न एखाद्या दीर्घ कवितेसारखे असतात. कोठेही जा, भावना तीच; भाषा फक्त वेगळी! त्यामुळे ही कादंबरी अनेक देशांमधील स्थलांतरितांना आपलीशी वाटते.

'द लँड ऑफ ग्रीन प्लम्स' ही तिची सगळ्यात चांगली कादंबरी मानली जाते. एक निनावी अल्पसंख्याक स्त्री, चार स्थलांतरित तरुणांची कथा सांगते आहे, अशी या कादंबरीची मध्यवर्ती कल्पना आहे. या कादंबरीला १९९८ साली 'इंटरनॅशनल डब्लिन इम्पॅक्ट लिटररी ॲवॉर्ड' हा प्रतिष्ठित पुरस्कार मिळाला.

'द पासपोर्ट'

'द लॅन्ड ऑफ ग्रीन प्लम्स'

'द अपॉइन्टमेन्ट' हे तिचे अत्यंत गाजलेले पुस्तक. एका अल्पसंख्याक कामगार तरुणीने नोकरी मिळविण्यासाठी एका फर्मच्या मालकाची अपॉइन्टमेन्ट घेतलेली असते. घरून मुलाखतीच्या ठिकाणापर्यंत जाण्याच्या प्रवासात ही कथा घडते. दहशतवाद, क्रौर्य, अत्याचार यांना बळी पडलेली ही स्त्री स्वतःच्या सुटकेचे सतत

प्रयत्न करते. भूतकाळातील आठवणींमध्ये हरवलेली ही तरुणी प्रवास करता-करता एका अनोळखी रस्त्यावर पोहोचते. ही कादंबरी लिहिताना हॅर्टाने जणू तिचं स्वत:चंच आयुष्य चितारलं आहे असं वाटतं.

तिने आजवर जवळपास वीसच्या वर पुस्तके लिहिली. तिच्या अनेक पुस्तकांचे विविध भाषांमध्ये अनुवाद झाले. क्लेइस्ट प्राइज (१९९४), एरीस्टीअन प्राइज (१९९५), इंटरनॅशनल डब्लिन प्राईज (१९९८), फ्रॅन्झ वेर्फेल ह्युमन राइट्स अॅवॉर्ड (२००९) यांसारखी जवळपास २० प्रतिष्ठित पारितोषिके तिला मिळाली. २००९ साली मिळालेले 'नोबेल पारितोषिक' हा त्या सर्वांचा कळस!

नोबेल पुरस्कार स्वीकारताना हॅर्टा म्यूलर

प्रत्येक वेळी पुस्तक लिहून झाले की, एक वेदनामयी कवच तोडून बाहेर आल्याचा आभास तिला होतो. पुस्तक लिहिताना, पुन्हा ते भावविश्व जगताना पीडा तर होतातच. 'बस्स... आता हे शेवटचे पुस्तक', असे ती प्रत्येक पुस्तक लिहून झाल्यावर म्हणते; परंतु परत दोन वर्षांनी आणखी नवे पुस्तक लिहिण्यास सुरुवात करते. कारण दुःखांची चिवट जाळी तोडण्याचं सामर्थ्य तिच्या साहित्यातच सामावलेलं आहे.

लायबेरियाची सरताज

एलेन जॉन्सन सरलिफ
(Ellen Johnson Sirleaf)

देश – लायबेरिया
जन्म – २९ ऑक्टोबर, १९३८
नोबेल पुरस्कार – शांतता (२०११)

'तुम्हाला बाजूला हटविले तरी अन्यायाचा प्रतिकार करण्यास घाबरू नका. तुमचा आवाज हळू असला, तरी शांततेच्या मागणीचा पाठपुरावा करण्यास कचरू नका.'

लायबेरियाची राष्ट्रध्यक्ष 'एलेन जॉन्सन सरलिफ' तिच्या माजी महाविद्यालयीन विद्यार्थ्यांसमोर भाषण करत होती. आफ्रिकन खंडातल्या देशाची ती पहिली महिला राष्ट्राध्यक्ष. लायबेरियाची 'आयर्न लेडी' म्हणून ओळखल्या जाणाऱ्या एलेनला २०११ साली शांततेचे नोबेल पारितोषिक मिळाले. हे पारितोषिक तिला लायबेरियाचीच लीमा बोवी आणि येमेन या अरब राष्ट्रातील युवती तवक्कुल करमान यांच्यासमवेत विभागून मिळाले. एकाच वर्षी तीन महिलांना शांततेचा पुरस्कार मिळणे, ही नोबेलच्या इतिहासातील विक्रमी घटना. त्यामुळे गेल्या ११० वर्षांमध्ये शांततेचे नोबेल मिळविणाऱ्या स्त्रियांची संख्या आता १५ झाली आहे. ११० वर्षांमध्ये पंधरा स्त्रिया हे प्रमाण खूप कमी आहे. यातही जमेची बाजू अशी की, दुसऱ्या सहस्रकात म्हणजे २००० सालानंतर शांततेचे नोबेल मिळविणाऱ्या स्त्रियांची तुलनेने झपाट्याने वाढ झालेली आहे. 'जगात लोकशाही आणि शांतता आणायची असेल, तर स्त्रियांना संधी देणे आवश्यक आहे.' असे नॉर्वेचे माजी पंतप्रधान आणि नोबेलच्या

शांतता समितीचे सदस्य थॉर्बर्नि जगलँड (Thorbjorn Jagland) म्हणाले. ते पुढे म्हणाले की, 'या वेळी तीन स्त्रियांना एकत्र शांततेचे नोबेल मिळाले, ही घटना जगाच्या दृष्टीने अत्यंत सुलक्षणी आहे.'

अर्थात नोबेल मिळावे म्हणून या स्त्रियांनी शांततेचे प्रयत्न केले नव्हते. तरीसुद्धा 'जगलँड' यांनी स्त्रियांच्या कर्तृत्वावर व्यक्त केलेला विश्वास समाजाला, खासकरून स्त्रियांना प्रोत्साहक ठरेल हे नक्की! आजच्या अस्थिर, आधुनिक आणि प्रगती करू पाहणाऱ्या जगात शांततेची अत्यंत आवश्यकता आहे. १९०५ साली शांततेचे पहिले नोबेल मिळविणारी ऑस्ट्रियाची बार्था व्हॉन सुलेर हिच्या प्रयत्नांमुळे सर अल्फ्रेड नोबेल यांनी नोबेल पुरस्कारांमध्ये 'शांतता' या विभागाचा समावेश केला. जगात स्त्रियाच स्थैर्य आणि सौहार्द आणू शकतील, हा विश्वास मिळवायला १०० वर्षे जावी लागली.

आज आफ्रिका, अरब आणि आशियाई राष्ट्रांतील महिला स्वतंत्रपणे सामाजिक चळवळ उभी करतात, नेतृत्वाची धुरा वाहतात, संपूर्ण परिवर्तन घडवून आणण्यात यशस्वी होतात, हे पाहून थक्क व्हायला होतं.

लायबेरिया हा अटलांटिक समुद्राच्या जवळ असलेला पश्चिम आफ्रिकेतील एक छोटा मागासलेला देश. आजवर तेथे बंदुकीच्या बळावरच सत्तांतरे झालेली आहेत. पश्चिमी देशांतील आधुनिक सुधारणांपासून हजारो किलोमीटर दूर असलेल्या या देशामध्ये निरक्षरता, द्रारिद्र्य, बेरोजगारी, गुन्हेगारी यांचे साम्राज्य आहे. या अशा परिस्थितीत अहिंसावादी मार्गांनी परिवर्तन करण्याच्या योजना आखणं, त्या लोकांपर्यंत

निदर्शन करणारी तरुण एलेन

पोहोचवणं आणि मग राष्ट्राध्यक्षासारखं अत्यंत महत्त्वाचं पद सांभाळणं, हे किती अवघड असेल? शांततेचे नोबेल पदक मिळविणाऱ्या एलेनची कर्तबगारी त्या पदकाला साजेशीच आहे.

एलेनचा जन्म २९ ऑक्टोबर, १९३८ रोजी 'मॉन्रोव्हिया' या लायबेरियाच्या राजधानीच्या शहरात झाला. एलेनचे वडील 'झॅमले जॉन्सन' हे खूप गरीब घराण्यात एका खेड्यात जन्मले होते. मोठे झाल्यानंतर अर्थार्जनासाठी ते मॉन्रोव्हियात आले होते. एलेनचा आईच्या जन्मसुद्धा अत्यंत गरीब घराण्यात झाला होता. पहिल्या महायुद्धाच्या वेळी एलेनच्या आजीने एलेनच्या आईला मॉन्रोव्हिया येथे आणले होते. पुढे एलेनच्या आई-वडिलांचा विवाह मॉन्रोव्हियातच झाला. एलेनचा जन्म मॉन्रोव्हियातच झाला.

अभ्यासात अत्यंत हुशार असणाऱ्या एलेनने शालेय शिक्षण भराभर पूर्ण केले. पुढील शिक्षणात रुची असल्यामुळे मॉन्रोव्हियातील 'कॉलेज ऑफ वेस्ट आफ्रिका' या महाविद्यालयात प्रवेश घेतला. अर्थशास्त्र आणि अकाउंटन्सी हे तिचे विषय. तिने पदवी शिक्षण घेण्यास सुरुवात केली, पण थोड्याच दिवसांत तिचा 'जॉन सरलीफ' यांच्याशी विवाह झाला. त्या वेळी तिचे वय होते, अवघे सतरा. आफ्रिकेत त्या वेळी खूप लहान वयात मुलींचे विवाह होत असत. पुढे १९६१ साली ती आपल्या पतीसमवेत अमेरिकेस गेली. तेथे गेल्यानंतर तर तिला उच्च शिक्षणाची संधी आयतीच चालून आली. मेडिसन विसकॉन्सिन विद्यापीठातील मेडिसन बिझिनेस कॉलेजमधून प्रथम तिने 'अकाउंटन्सी'मधील पदवी मिळविली. नंतर १९७० साली 'युनिव्हर्सिटी ऑफ कोलॅरॅडो बोल्डर'मधून अर्थशास्त्राची पदवी मिळविली. नंतर मग सुप्रसिद्ध हार्वर्ड 'जॉन एफ केनेडी स्कूल ऑफ गव्हर्नमेंट'मधून 'मास्टर ऑफ पब्लिक ॲडमिनिस्ट्रेशन' (M.S.) ही पदव्युत्तर पदवी मिळवली. अकाउंटन्सी, अर्थशास्त्र, राज्यव्यवस्थापनशास्त्र या तिन्ही विषयांमध्ये अमेरिकेतल्या विद्यापीठांमधून शिक्षण घेतल्यानंतर अर्थातच एलेनच्या व्यक्तिमत्त्वाला एक वेगळा पैलू निर्माण झाला.

लायबेरियासारख्या छोट्या देशातील स्त्री इतके उच्च शिक्षण घेते याचा तेथील जनतेला अभिमान वाटला. एलेनलाही आपल्या मायभूमीत परत जायची इच्छा निर्माण झाली. १९७० साली तिने मायदेशी परतण्याचा निर्णय घेतला. तेथील सत्ताधारी लोकांनी तिला उच्च शिक्षणामुळे मंत्रिपदाची जबाबदारी दिली. अर्थ खात्याची उपमंत्री म्हणून तिची नेमणूक करण्यात आली. लायबेरियाचे त्या वेळचे अध्यक्ष विल्यम टोलबर्ट यांनी तिला मंत्रिमंडळात घेतले. त्या वेळी तिने तेथील संसदेत देशाच्या त्या वेळच्या स्थितीविषयी घणाघाती भाषण केले. तिचे भाषण अभ्यासपूर्ण होते. देशात कोणत्या सुधारणा करता येतील आणि त्या कशा

निवडणुकीत यश मिळाल्यानंतर लोकांचे अभिवादन
स्वीकारताना एलेन

अंमलात आणता येतील याविषयीची सविस्तर माहिती तिने मांडली. तिची काम करण्याची पद्धत आक्रमक होती. पाश्चिमात्य देशात शिक्षण घेताना तेथील अनेक गोष्टींचे तिने निरीक्षण केले होते. लायबेरियामध्ये विकासाला खूप मोठा वाव आहे, हे म्हणणे ती सतत आग्रहाने मांडत असे. पुढे वर्षभरातच तिला मंत्रिपदावरून पायउतार व्हावे लागले. कारण लोकांसाठी किती आणि कसा पैसा खर्च करावा, याबाबत तिचे सरकारशी मतभेद झाले.

पुढे १९८०च्या सुमारास लायबेरियन सरकारच्या सैन्यातील शिपाई 'सॅम्युएल डो' याने राष्ट्राध्यक्ष विल्यम टोलबर्ट यांची हत्या केली आणि लायबेरियाची सत्ता आपल्या हातात घेतली. त्याच्या हुकूमशाही आणि एकाधिकारशाहीमध्ये तर लायबेरियात अराजकच माजले. अनेक मंत्र्यांची धरपकड, त्यांना अनिश्चित काळापर्यंत तुरुंगात डांबणे, त्यांच्यावर खोटे आळ घेऊन खटले दाखल करणे, काहींची सरळ-सरळ हत्या करणे, लोकांना कोणताही आवाज उठवण्यास बंदी. वृत्तपत्रे, दैनिके, प्रसारमाध्यमे यांच्यावर सरकारची करडी नजर, सरकारच्या विरोधात जाणाऱ्यांची तत्काळ हत्या, सॅम्युएल डोचा असा सगळा एकतंत्री, जुलमी राज्यकारभार चालू होता. एलेनने त्या वेळी आपली कशीबशी सुटका करून घेतली. त्यानंतर ती केनियाला गेली. तेथे 'सिटी बँक ऑफ नैरोबी'मध्ये ती काम करू लागली. पुढे १९८३-८५च्या काळात तिने बँकेचे अध्यक्षपद भूषविले. तिथे असतानाही लायबेरियातील अंतर्गत घडामोडींकडे तिचे लक्ष असे.

१९८५ साली सत्ताधीश 'सॅम्युएल डो'ने निवडणुका जाहीर केल्या. अशा देशांमध्ये निवडणुका हा एक निव्वळ फार्स असतो. सत्तेची सूत्रे ज्यांच्या हातात असतात ते लोकच पुन्हा निवडून येतात. तरीसुद्धा तेथे निवडणुका जाहीर झाल्यानंतर एलेन सॅम्युएलच्या विरोधात प्रचार करण्यासाठी लायबेरियात परतली. ती तेथे आल्यानंतर तिला लगेच स्थानबद्ध करण्यात आले. तिच्यावर खोटे आरोप करून

तिला दहा वर्षांची तुरुंगवासाची सजा देण्यात आली. पण दरम्यानच्या काळात ८ सप्टेंबर, १९९० साली सॅम्युएल डोची हत्या करण्यात आली.

एलेन या काळानंतर केनिया, नैरोबी आणि नंतर अमेरिकेत मोठमोठ्या आर्थिक संस्थांमध्ये उपसंचालिका, संचालिका या पदांवर कार्यरत होती. 'युनायटेड नेशन्स डेव्हपलमेंट प्रोगाम' (UN)मध्येही तिने आफ्रिकेची प्रतिनिधी म्हणून काम केले.

१९९७ साली ती पुन्हा मायदेशात परतली. कारण आताही निवडणुका जाहीर झाल्या होत्या. या वेळच्या निवडणुकीत ती स्वत: उमेदवार म्हणून उभी राहणार होती. लोकशाही मार्गांनीच सत्तापरिवर्तन, समाजपरिवर्तन आणि विकास या तत्त्वांवर तिचा ठाम विश्वास होता. आपली मते घेऊन ती लोकांसमोर जात असे. ज्या देशांमध्ये अवैध मार्गांनीच सत्ता मिळते तिथे अशा प्रकारची भूमिका घेऊन निवडणुकीला सामोरे जाणे आणि तेही एका स्त्रीने ही एक आश्चर्यकारक घटना होती. तरीसुद्धा तिला काही लोकांचा पाठिंबा मिळाला. त्या निवडणुकीत तिला दुसऱ्या क्रमांकाची मते मिळाली आणि तिचा प्रतिस्पर्धी चार्लस टेलर याला प्रथम क्रमांकाची मते मिळून तो अध्यक्ष झाला. या निवडणुकीनंतरही तिथे यादवी माजली. कोणत्याही सुधारणा नाहीत, प्रगतीच्या दिशेने प्रयत्न नाहीत. आलेला प्रत्येक राज्यकर्ता मनमानी करून देश चालवत होता. त्यामुळे तेथील सामान्य जनता निराश झाली होती. भीती आणि दहशतीच्या वातावरणात त्यांना काही बोलायचीसुद्धा बंदी असे. या परिस्थितीला कंटाळल्यानंतर लोकांमध्ये अंतर्गत असंतोष धुमसू लागला. राज्यकर्त्यांविरुद्ध प्रचंड नाराजी पसरली. लोक छोट्या-छोट्या गटांनी आपला विरोध व्यक्त करू लागले. कित्येक वेळा हिंसेचाही वापर

तवक्कुल, लिमा, एलेन नोबेल पुरस्कार स्वीकारताना (२०११)

होई. त्यानंतर जनतेच्या रोषापासून बचाव करण्यासाठी हुकूमशहा सत्ताधीश चार्लस टेलर याला परागंदा व्हावे लागले.

२००५ साली तिथे पुन्हा निवडणुका जाहीर झाल्या. या निवडणुकीत 'एलेन सरलिफ' खूप मोठ्या मताधिक्याने निवडून आली. तिची अध्यक्षपदी नेमणूक झाली. लायबेरियाची ती पहिली महिला अध्यक्ष तर ठरलीच, शिवाय आफ्रिका खंडातील देशांचीही ती पहिलीच महिला अध्यक्ष झाली.

चौदा-पंधरा वर्षे यादवी युद्धाची झळ पोहोचलेल्या लायबेरियाची पुनर्बांधणी करण्याचे मोठे आव्हानात्मक काम तिला करायचे होते. अनेक प्राध्यापक, विचारवंत, शिक्षक, उच्चशिक्षित नागरिक देश सोडून गेले होते. त्यामुळे शैक्षणिक संस्था उजाड झाल्या होत्या. विद्यार्थ्यांसमोर कोणतेही ध्येय उरले नव्हते. इस्पितळे, कार्यालये, कारखाने, उद्योगधंदे येथील अवस्थाही अत्यंत बिकट झाली होती. शेतीची कामेही ठप्प झाली होती. अनागोंदी आणि अव्यवस्था हा जणू प्रत्येक क्षेत्राचा अविभाज्य भाग झाला होता. सगळं राष्ट्रच मरगळल्यासारखं झालं होतं. थांबलं होतं. समर्थ नेतृत्वाच्या अभावी ना कोणत्या योजना अमलात आणल्या जात होत्या, ना कोणते ध्येयधोरण अस्तित्वात होते.

एलेनने सर्वांत आधी शिक्षणाचे महत्त्व ओळखून सर्व मुलांना मोफत प्राथमिक शिक्षणाची संधी प्राप्त करून दिली. यादवी युद्धाच्या काळात स्त्रियांवर अनन्वित अत्याचार होत, बलात्कार होत. याविरुद्ध तिने अत्यंत कडक कायदे सुरू केले. स्त्रियांना शिक्षण देणे, स्वावलंबी करणे आणि मुख्य म्हणजे राष्ट्रीय प्रवाहातील अर्थव्यवस्था भक्कम करण्यासाठी त्यांना वेगळे प्रशिक्षण देऊन तयार करणे, या तिच्या सर्वांत महत्त्वाच्या सुधारणा. अल्पबचत गटाची आफ्रिकेसारख्या खंडात स्थापना होणे, हा तर एक चमत्कारच! स्त्रियांना अल्प खर्चात व्यावसायिक शिक्षण देऊन स्वत:च्या पायावर उभे राहण्याचे सामर्थ्य तिच्या अनेक योजनांमुळे मिळाले.

अनेक सरकारी योजनांमध्ये ती विरोधी पक्षाच्या सदस्यांनाही सामील करून घेते. तिच्या मंत्रिमंडळात तिने कितीतरी स्त्रियांना उच्चपदावर नेमलेले आहे. काही खात्यांचे मंत्रिपद दिलेले आहे. स्त्रिया प्रामाणिक आणि कष्टाळू असतात, त्या योग्य रीतीने काम करतात, यावर तिचा प्रचंड विश्वास आहे. स्त्री पंतप्रधान किंवा अध्यक्ष होते. पण इतर अनेक स्त्रियांनाही ती आपली सहकारी नेमते, उच्चशिक्षित तसेच सामान्य स्त्रियांच्या क्षमतांचा वापर राष्ट्राच्या विकासासाठी करते, हे चित्र जगात अभावानेच बघायला मिळते. एलेन सरलिफने हे चित्र वास्तवात आणले आहे.

❧

अहिंसावादी आफ्रिकन कन्या

लीमा बोवी

(Leymah Roberta Gbowee)

देश – लायबेरिया
जन्म – १ फेब्रुवारी, १९७२
नोबेल पुरस्कार – शांतता (२०११)

'आम्ही थकलो आहोत धावाधाव करून.' 'आमची निष्पाप मुले मारली जात आहेत.' 'आमच्या मुलींवर बलात्कार केले जात आहेत.' 'आम्हाला कृपा करून शांतता हवी आहे.' 'आम्हाला युद्ध मुळीच नको आहे.'

लीमा बोवीच्या नेतृत्त्वाखाली निघालेल्या महिला मोर्चातील महिलांनी घेतलेल्या या पाट्या लायबेरिया या आफ्रिकन देशांतील हिंसाचार, रक्तपात आणि अत्याचार संपविण्याच्या अहिंसक किल्ल्या ठरल्या. या किल्ल्यांमध्ये दडला होता तेथील सामान्य महिलांनी एकत्र येऊन दिलेला अन्यायाविरुद्धचा लढा. लीमा बोवीच्या मार्गदर्शनाखाली उभी राहिलेली ही महिलांची चळवळ लायबेरियामध्ये बघता-बघता क्रांती करून गेली. 'संपूर्ण परिवर्तन,' तेही अहिंसक मार्गांनी हा आफ्रिकन देशांच्या इतिहासातील एक चमत्कारच. आणि तो घडवून आणला होता, एका तरुण धाडसी युवतीने, लीमा बोवीने!

लीमा बोवीला लायबेरियाची अध्यक्ष एलेन सरलिफ आणि येमेनची तरुणी तवक्कुल करमान यांच्यासह २०११ सालचा 'शांततेचा नोबेल पुरस्कार' मिळाला.

लीमाचा जन्म १ फेब्रुवारी, १९७२ रोजी मध्य लायबेरियात झाला. तिच्या

जन्मानंतर काही काळाने तिचे आई-वडील लायबेरियाची राजधानी मॉन्रोव्हियामध्ये वास्तव्यास आले. लीमाचे प्राथमिक शिक्षण तेथेच झाले. लायबेरियामध्ये राज्यकर्त्यांच्या नाकर्तेपणातून १९८९ सालापासून यादवी युद्ध सुरू झाले. लीमा या काळाची तरुण साक्षीदार होती. त्या वेळी तिचे वय होते, सतरा. या यादवीच्या वेळी देशभरात एकच गोंधळ माजला होता. 'सॅम्युएल डो' (१९५१-१९९०) या जुलमी हुकूमशहाची त्या वेळी तेथे सत्ता होती. त्याच्या एकतंत्री कारभाराला लोक कंटाळले होते. तेव्हा लोकांमधील असंतोष दडपण्यासाठी त्याने लायबेरियन सैन्याच्या मदतीने बळाचा वापर करण्यास सुरुवात केली. या यादवी युद्धात जवळपास अडीच लाख लोक मारले गेले. अनेक स्त्रिया विधवा झाल्या. त्यांच्यावर अत्याचार झाले. तरुण मुलींना सैनिक राजरोसपणे पळवून नेत. त्यांच्यावर बलात्कार करत. कोणाचाही कोणावर विश्वास उरला नव्हता. मूळ लायबेरियन जनता, अमेरिकन गुलाम लोक आणि दहशतवादी छुप्या संघटना यांच्यामध्ये वांशिक युद्धे सुरू होती. पुढे १९९० साली सॅम्युएल डोची हत्या करण्यात आली. दुसऱ्या शासनकर्त्यांचे राज्य सुरू झाले. तरीसुद्धा अंतर्गत यादवी सुरुच होती. अखेर काही परदेशी संघटनांच्या मदतीने तेथे शांतता प्रस्थापित करण्यात आली. १९९६ साली या पहिल्या यादवी युद्धाला अल्पविराम मिळाला.

युद्धाला अल्पविराम मिळाला असला, तरी युद्धाची झळ पोहोचलेली लहान मुले आणि स्त्रिया यांचे प्रश्न अजून सुटायचे होते. १९९६ साली 'युनिसेफ' या जागतिक संस्थेच्या मदतीने मॉन्रोव्हियामध्ये युद्धग्रस्तांसाठी एक केंद्र सुरू करण्यात आले. त्यासाठी त्यांनी स्थानिक लोकांना प्रशिक्षण देण्यास सुरुवात केली. लीमा बोवीने या केंद्रातून तीन महिन्यांचे प्रशिक्षण घेतले. त्यानंतर ती युनिसेफच्या केंद्रात काम करू लागली. तेथील युद्धग्रस्त लोकांना, विशेषतः लहान मुलांना बघून ती विषण्ण झाली. संकट कोणतेही असो, निसर्गनिर्मित अथवा मानवनिर्मित, त्याचे सर्वांत जास्त घातक परिणाम मुलांनाच भोगावे लागतात. या संकटाशी सामना करायचा असेल, तर त्यासाठी मुलांच्या मातांना, म्हणजे पर्यायाने महिलांना शिक्षण देऊन, संघटित करून तयार करावे लागेल, हा विचार लीमाच्या मनात इथेच आला. मग तिने १९९८ साली 'मदर पॅटर्न कॉलेज ऑफ हेल्थ सायन्सेस' या मॉन्रोव्हियातील कॉलेजमधून समाजशास्त्राची पदवी घेतली.

मॉन्रोव्हियात सेंट पीटर्स चर्चमध्ये काही ख्रिश्चन धर्मीय लोक युद्धात बळी पडलेल्या लोकांच्या कुटुंबीयांची काळजी घेण्यासाठीचे केंद्र चालवत होते. 'लीमा' या केंद्रात स्वखुशीने स्वयंसेवकाचे काम करू लागली. त्या कुटुंबीयांना मानसिक धक्क्यातून सावरणे, धैर्य देणे, अपंग, जखमी लोकांना वैद्यकीय मदत मिळवून देणे, विधवा स्त्रियांना अर्थार्जनासाठी व्यवसाय मिळवून देणे किंवा शिक्षण घेण्यास

प्रवृत्त करणे, अनाथ मुलांचे संगोपन करणे यासारख्या कामांमध्ये लीमा गुंतून जात असे. त्यासाठी अनेक स्वयंसेवी संस्थांशी तिने संपर्क साधला होता. तिची मदत करण्याची वृत्ती आणि धाडसी स्वभाव यामुळे या केंद्राचे नेतृत्व आपोआपच तिच्याकडे आले. या सर्व कार्यामध्ये स्त्रियांना सामील करून घेणे आणि त्यांच्या साहाय्याने अहिंसक पद्धतीने शांतता मिळविणे, हे तिचे ध्येय इथेच निश्चित झाले.

सेंट पीटर्स चर्चमधील या पुनर्वसन केंद्रात एकदा 'सॅम डो' या एका बुद्धिवान आणि कामसू लायबेरियन नागरिकाने भेट दिली. लीमाचा या तरुणाबरोबर परिचय झाला. 'पीस बिल्डिंग स्टडीज' या विषयात त्याने अमेरिकेतील विद्यापीठातून द्विपदवी मिळवली होती. 'वेस्ट आफ्रिका नेटवर्क फॉर पीस बिल्डिंग' (WANEP) या शांतता समितीचा तो संचालक होता. १९९८ साली घाना येथे स्थापन झालेली ही संस्था आफ्रिकन देशांमध्ये शांततेचे प्रयत्न करण्यात अग्रेसर आहे.

घाना येथे १९९९ साली या समितीची एक परिषद झाली. त्यासाठी 'सॅम डो'ने लीमाला निमंत्रण दिले होते. या परिषदेत तिला अनेक गोष्टी शिकावयास मिळाल्या. जेथे सतत हिंसा होत असते, बंदुकीच्या फैरी झडत असतात. अखंड रक्तपात होत असतो, तिथे शांततेचे प्रयत्न करणे आणि तेही अहिंसक मार्गांनी यासाठी खूप मोठे धाडस लागते. लीमा बोवीकडे ते होतेच. गौतम बुद्ध, गांधीजी, नेल्सन मंडेला यांची पुस्तके वाचल्यानंतर त्यांच्या तत्त्वज्ञानाचा प्रभाव तिच्यावर पडला होता. 'हिंसेला उत्तर अहिंसा' हा मार्ग तिच्यासमोर त्यांच्या चरित्रवाचनातून तर खुला झाला होता, परंतु या मार्गाने नेमका कसा प्रवास करायचा? सर्वांना एकत्र आणणे, सरकारपुढे वारंवार आपल्या मागण्या मांडणे, काहीही झाले तरी शस्त्र हातात न घेणे या अहिंसक मार्गातील अनेक पायऱ्या; पण त्या साऱ्यांची नेमकी योजनाबद्ध आखणी कशी करायची? याबाबतचे मार्गदर्शन तिला 'WANEP'च्या परिषदेत झाले. तेथे नायजेरिया, सीरिया, नैरोबी, सेनेगल, टोगो इत्यादी अनेक आफ्रिकन देशांमधील प्रतिनिधी आले होते. त्यांच्याबरोबर झालेल्या अनुभवांच्या आदानप्रदानानंतर लीमाच्या व्यक्तिमत्त्वात, विचारधारेत आमूलाग्र बदल झाला. तिच्या कार्याला आता नेमकेपणाची चौकट मिळाली होती. मॉन्रोव्हियात परतल्यानंतर लीमा 'WANEP'च्या लायबेरिन शाखेची संचालिका म्हणून काम बघू लागली. एके दिवशी काम करत असताना ती 'WANEP'च्या कार्यालयात झोपली. त्या दिवशी रात्री तिला स्वप्न पडले. जणू तिच्या स्वप्नात एक देवदूत आला. तो म्हणाला, ''उठ, स्त्रियांना गोळा कर आणि शांततेसाठी प्रार्थना कर.''

१९९० साली सॅम्युएल डो या लायबेरियाच्या राष्ट्राध्यक्षाची लोकक्षोभातून हत्या झाली. तरी तेथील यादवी युद्ध संपायला १९९६ साल उजाडावे लागले. आता चार्लस टेलर या हुकूमशहाने लायबेरियाची सत्ता हस्तगत केली होती.

त्याच्या काळातही तेथे फारशी सुधारणा झाली नाही. सत्तांध झालेल्या चार्लस टेलरची धोरणे, आधीचा सत्ताधीश 'सॅम्युएल डो'पेक्षा काही वेगळी नव्हती. सामान्य नागरिकांविरुद्ध बळाचा वापर, विचारस्वातंत्र्याची गळचेपी, भाषणबंदी, जमावबंदी, विरोध करणाऱ्यांना दिसताक्षणी गोळ्या झाडणे असे, दहशतीचे आणि दडपशाहीचे वातावरण पुन्हा तयार होऊ लागले. या वेळी तर कहर म्हणजे चार्लस टेलरने देशातील लहान मुलांचा युद्धात गैरवापर केला. १९९९ सालापासून लायबेरियामध्ये पुन्हा दुसरे यादवी युद्ध सुरू झाले. जनतेतील अंतर्गत बंडाळी आणि हेवेदावे तसेच राहावेत, अशी चार्लसची धोरणे होती. लोकांनी आपापसातील भांडणांमध्ये मग्न राहावे. विकासाच्या, प्रगतीच्या मुद्द्यांपासून त्यांचे लक्ष विचलित व्हावे. जेणेकरून त्याला आणि त्याच्या सहकारी मंत्र्यांना भ्रष्टाचार करण्यासाठी, संपत्ती लुटण्यासाठी रान मोकळे राहील ही त्याची इच्छा. निवडणुका जाहीर होत; पण तो केवळ फार्स असे. लोक या साऱ्याच प्रकाराला अत्यंत कंटाळले होते.

या घटनांना सर्वांत जास्त बळी पडणारा घटक म्हणजे तेथील स्त्रिया. एकतर या देशात स्त्रीशिक्षणाचे प्रमाण अत्यल्प आहे. स्त्रियांचे लवकर विवाह केले जातात. त्यामुळे अल्पवयातच गरोदर राहण्याचे प्रमाणही जास्त आहे. तेथे कौटुंबिक हिंसाचाराचे प्रमाणही खूप जास्त आहे. छळणूक, मारहाण, बलात्कार यासारख्या अत्याचारांना जवळपास सर्वच स्त्रियांना सामोरे जावे लागते. मुलींची अवस्था तर त्याहून बिकट. गरिबीमुळे कित्येक स्त्रियांना वेश्याव्यवसायासाठी प्रवृत्त केले जाते. यादवी युद्धाच्या काळात तर हे प्रकार सर्रास वाढले होते.

युद्धाचे भयानक परिणाम भोगत असणाऱ्या या स्त्रियांनाच शांततेचे महत्त्व पटेल आणि सरकारवर दबाव टाकण्यासाठी त्या मनापासून प्रयत्न करतील याविषयी लीमाला ठाम विश्वास होता. नुसत्या भाषणांनी हे कार्य साध्य होणार नव्हते. आता गरज होती, ती सरकारविरोधी लढ्यात सामान्य स्त्रियांना सामील करून घेण्याची. ख्रिश्चन, मुस्लीम, लुथेरियन, अमेरिकन निग्रो अशा सर्वधर्मीय स्त्रियांना तिने एकत्र केले. अत्याचारांनी कुठे जातीभेद पाळला होता? त्यामुळे त्याविरुद्धच्या बंडात हजारोंनी सर्वधर्मीय स्त्रिया सामील झाल्या. 'आम्ही थकलो आहोत.' 'आम्हाला युद्ध नको आहे.' 'आमची मुले मारली जात आहेत.' अशा पाट्या घेतलेल्या स्त्रियांचा मोर्चा रोज प्रत्येक धर्मीयांच्या प्रार्थनास्थळावर नेण्यात येऊ लागला. पांढरेशुभ्र कपडे घातलेल्या या स्त्रिया कधी घोषणा देत, तर कधी मूकपणे मोर्चा काढत. कातकरी, शेतकरी, बाजारपेठांमधील, फिश मार्केटमधील, मोलमजुरी करणाऱ्या, छोटे व्यवसाय करणाऱ्या अशा असंख्य स्त्रिया यात सामील होत. सत्ताधीश चार्लस टेलर याच्यापर्यंत आपले म्हणणे पोहोचावे यासाठी लीमाने मोर्चाच्या मार्गाची वेगळी आखणी केली. मॉन्रोव्हियातील फुटबॉल ग्राउंडपासून

मॉन्रोव्हियातील अमेरिकन दुतावासासमोरील लायबेरियन स्त्रियांचा शांतता मोर्चा (२००३)

जवळच असलेल्या 'ट्युबरमॅन बुलेवार्ड'वर हा मोर्चा काढला जाई. कारण तेथून सत्ताधीश चार्ल्सची गाडी दोन वेळा जात असे. हजारो स्त्रिया रोज शांतपणे आपल्या मागण्यांचा पाठपुरावा करत असत.

स्त्रियांच्या या अहिंसक चळवळीत लीमाने अनेक अभिनव मार्गांचा अवलंब केला. 'सेक्स स्ट्राइक' हा त्यातलाच एक भाग. जोपर्यंत आपल्या मागण्या मान्य होत नाहीत, तोपर्यंत जोडीदाराला शरीरसंबंध करण्यास नकार द्यायचा, असे या स्ट्राइकचे स्वरूप होते. भूक हरताळपेक्षा हा लैंगिक भूक हरताळ हे या चळवळीचे एक प्रभावी साधन ठरले. गृहिणींनी घरकामास बंदी जाहीर करणे, हा या लढ्यातील आणखी एक भाग. या अशा अहिंसावादी चळवळींमुळे सारा लायबेरियन पुरुष वर्ग त्रस्त झाला होता. अखेर सत्ताधीश चार्लस टेलरने या महिला मोर्चाचे म्हणणे ऐकून घ्यायचे ठरविले. 'विमेन ऑफ लायबेरियन मास अॅक्शन फॉर पीस' या नावाने ही महिला संघटना आता ओळखली जाऊ लागली. २३ एप्रिल, २००३ रोजी या मोर्चाधारी महिलांचे म्हणणे राष्ट्रध्यक्षांनी ऐकून घेतले.

हुकूमशहा चार्लसच्या मंत्रिमंडळात केवळ 'ग्रेस मायनॉर' ही एकमेव महिला मंत्रिपदावर होती. लीमाने मोर्चाचे प्रतिनिधित्व केले आणि आपल्या मागण्या 'ग्रेस मायनॉर'तर्फे चार्लस टेलरला सादर केल्या. त्यांनी घाना येथे होणाऱ्या परिषदेत तुमचे म्हणणे ऐकू असे त्यांना आश्वासन दिले. या परिषदेतसुद्धा शांतता चळवळीच्या महिलांना ठिय्या मोर्चा, निषेधाची स्लोगन्स, बॅनर्स घेऊन धरणे धरावे लागले. काही काळ त्यांना स्थानबद्ध करण्यात आले. या परिषदेत बळाचा, बंदुकीचा किंवा

पोलिसांचा वापर करता येणार नव्हता. कारण सर्व जगच या घटनांचे साक्षीदार झाले असते. अखेर 'लीमा'च्या महिला मोर्चाचे म्हणणे ऐकून घेण्यात आले आणि पुढे ऑगस्ट २००३ साली लायबेरियामध्ये 'शांतता तह' झाला. त्यानंतर झालेल्या निवडणुकीत 'एलेन जॉन्सन सरलीफ'ही मोठ्या मताधिक्याने निवडून आली आणि मग ती लायबेरियाचीच नव्हे, तर आफ्रिकन देशातील पहिली महिला राष्ट्राध्यक्ष ठरली. एलेनचे आणि लीमाचे कार्य समांतर होते. एलेनने राजकीय धोरणे उत्तमरीतीने राबवली. तर लीमाने महिला सक्षमीकरणातून सामाजिक परिवर्तन केले.

लीमाची अहिंसावादी महिला चळवळ ही लायबेरियाच्या इतिहासातील सर्वांत मोठी शांतता चळवळ ठरली. लीमाने स्थानिक बाजारात काम करणाऱ्या सामान्य स्त्रियांना घेऊन ती चालू केली. बघता, बघता या चळवळीने विशाल रूप धारण केले. स्त्रिया परिवर्तन करू शकतात, अहिंसक मार्गांनी हिंसेचा प्रतिबंध करू शकतात, हुकूमशहांना, धनदांडग्यांना सत्तेवरून पायउतार करू शकतात, याचं दर्शन साऱ्या जगाला या चळवळीमुळे झालं.

२००८ साली 'प्रे द डेव्हिल बॅक टू हेल' हा लीमा बोवीच्या कार्य-कर्तृत्वावरील लघुपट बनविण्यात आला. त्यातील मध्यवर्ती भूमिका लीमानेच साकारली. शिवाय त्यातील संवादकाचे कामही तिने केले. या लघुपटाला २००८ साली 'ट्रायबिका फिल्म फेस्टिव्हल'मध्ये सर्वोत्तम लघुपट हा पुरस्कार मिळाला. हा फेस्टिव्हल अमेरिकेत न्यू यॉर्क येथे झाला. त्यानंतर रवांडा, मेक्सिको, केनिया, कंबोडिया, रशिया, सुदान अशा विविध देशांमध्येही या लघुपटाचे प्रदर्शन झाले. 'स्त्रिया एकत्र येऊन आपल्या समस्या सोडवू शकतात,' हा संदेश या देशांमध्येसुद्धा गेला.

'प्रे द डेव्हिल बॅक टू हेल' हा लीमा बोवीच्या जीवनावरील लघुपट

"कोणी गांधीजी, बुद्ध किंवा मंडेला येऊन तुमच्या समस्यांची सोडवणूक करतील ही अपेक्षा बाळगू नका. तुम्हीच तुमच्या प्रश्नांना सामोऱ्या जा आणि संघटितपणे त्यावर उत्तरे मिळवा," असा संदेश ती जगातील सर्वच महिलांना देते.

२००७ साली हार्वर्ड विद्यापीठाचे 'ब्लू रिबन फॉर पीस', २००८ साली

विमेन्स इ-न्यूजचे 'लीडर फॉर ट्वेंटीफर्स्ट सेंचुरी, २००९ साली 'जॉन एफ केनेडी प्रोफाइल इन करेज', २०१० साली 'जॉन जे कॉलेज ऑफ क्रिमिनल जस्टीस', असे विविध प्रतिष्ठित पुरस्कार तिला मिळाले. २०११ साली नोबेल समितीने शांतता पुरस्कार देऊन तिचा गौरव केला. सध्या ती आफ्रिकेतील 'विमेन पीस ॲन्ड सिक्युरिटी नेटवर्क' या समितीची संचालिका आहे.

केवळ लायबेरियातीलच नव्हे, तर आफ्रिका खंडातील सर्वच देशांमधील मुली आणि स्त्रिया यांना विकसनासाठी ऊर्जा मिळावी, यासाठी ती भविष्यात प्रयत्नशील राहणार आहे. त्यासाठी सर्व समाजाला आव्हान करताना ती म्हणते, ''स्त्रियांमध्ये हुशारी असते, कमालीची आत्मीयता असते आणि कार्य करण्याची क्षमता असते. पण त्यांचे सर्व गुण बंदिस्त असतात. गरज आहे, हे सर्व 'खुलं' करण्याची. त्यांना ज्ञानार्जन करण्यासाठी कवाडे उघडा. त्यांच्या आत्मीयतेला वाव द्या, आणि त्यांना कर्तबगारीची संधी द्या!''

येमेनी युवा नायिका

तवक्कुल करमान
(Tawakkul Karman)

देश – येमेन
जन्म – ७ फेब्रुवारी, १९७९
नोबेल पुरस्कार – शांतता (२०११)

'स्त्रिया या कोणत्याही समस्या किंवा प्रश्नांची मुळं नसून उलट त्या प्रश्नांची उत्तरे आहेत. अनेक वर्षांपासून त्यांना बाजूला ठेवल्यामुळे त्यांच्या क्षमतांची जाणीव जगाला झालेली नाही. त्यांना यातून बाहेर पडावे लागेल, आणि त्यासाठी कोणाची परवानगी घेण्याची आवश्यकता नाही.''

येमेनचे वर्तमानपत्र 'येमेन टाइम्स'मध्ये आपली अशी परखड मते मांडणारी ही युवती तवक्कुल करमान. 'मदर ऑफ द येमेनी रेव्होल्यूशन' असा तिला किताब मिळाला असला, तरी त्या वेळी तिचे वय होते, अवघे बत्तीस. तिला २०११ साली शांततेचा नोबेल पुरस्कार मिळाला. हा पुरस्कार मिळविणारी नोबेल विजेत्या स्त्रियांमधील ती सर्वांत तरुण स्त्री आणि नोबेल मिळवणारी पहिली अरब महिला.

तिच्याबरोबर शांततेचा नोबेल पुरस्कार मिळविणाऱ्या एलेन सरलिफ आणि लीमा बोवी या लायबेरिया या आफ्रिका खंडातील देशाच्या स्त्रिया. लायबेरिया हा अविकसित आणि मागासलेला देश असला, तरी या दोन स्त्रियांना उच्च शिक्षणाची संधी मिळाली, तीही अमेरिकेसारख्या प्रगत देशात. वेगवेगळ्या आंतरराष्ट्रीय संस्थांमध्ये काम करण्याचा अनुभव मिळाला. इंग्रजी शिक्षणामुळे पाश्चात्त्य देशांमधील विकासविषयक कामांचा, राजकीय धोरणांचा आणि सामाजिक चळवळींचा अभ्यास

करण्याची संधी मिळाली. अर्थात हे सगळे घटक उपलब्ध होते म्हणून त्यांच्या सामाजिक चळवळी यशस्वी झाल्या, असं इथं म्हणायचं नाही. कारण असं जरी असलं तरी विरोधाच्या आणि प्रतिकाराच्या अनेक अडथळ्यांच्या शर्यती पार करूनच त्यांची अहिंसात्मक चळवळ यशस्वी झाली. पण इथे सांगायचा दुसरा मुद्दा असा की, येमेनसारख्या अरब राष्ट्रातील तवक्कुल करमान या तरुणीला आणखी वेगळ्या प्रकारच्या सनातनी आणि प्रतिगामी वातावरणाशी सामना करावा लागला. लहानसहान गोष्टींवरून वारंवार फतवे काढणाऱ्या कट्टर मूलतत्त्ववादी मुस्लीमधर्मीयांचा हा देश, स्त्रियांना शिक्षण तर सोडाच, तिथे साधे बाहेर खुलेपणाने वावरण्याची संधी दिली जात नाही. सतत गोषात राहणाऱ्या आणि पुरुषांची आज्ञा प्रमाण मानणाऱ्या, मानाव्या लागणाऱ्या स्त्रियांच्या विश्वातून एक स्त्री उठते. शिक्षण घेते. तेही अगदी अद्ययावत संगणकाचे आणि वृत्तपत्रकारितेचे. प्रस्थापित हुकूमशाही राज्यव्यवस्थेविरुद्ध लेखणी चालवते. इजिप्त, ट्युनिशिया इत्यादींसारख्या शेजारी राष्ट्रांमधील बंडाच्या, उठावाच्या घटनांची दखल घेते. त्यांच्यापासून प्रेरणा घेऊन तशाच प्रकारची बंडखोरी करण्याचा निर्धार करते आणि सनातनी येमेनी जनतेचे मन वळवून सत्ताधीशांविरुद्ध चळवळ उभी करते. हा जगातील एक चमत्कारच ठरावा. हजारो मुस्लीम युवक-युवतींचा काफिला एका तरुणीच्या मागे चालला आहे, तेही कोणतेही शस्त्र हातात न घेता, केवळ घोषणा देत शांततेने, शिस्तीने जात आहे.

तवक्कुल करमानच्या मोर्च्यात सहभागी झालेले लोक

आश्चर्यकारक वाटावे असे हे दृश्य, आणि ते प्रत्यक्षात साकारणारी येमेनी युवा नायिका तवक्कुल करमान. संपूर्ण देशाला परिवर्तन करायला लागणारा तिचा प्रवास अवघा ८/९ वर्षांचा, पण तो अगदी थक्क करायला लावेल असा!

तवक्कुलचा जन्म येमेन या अरब देशात 'टैझ' या प्रांतात झाला. येमेनमधला हा प्रांत इतर प्रांतांपेक्षा थोडा विकसित आहे. विविध प्रकारचं शिक्षण देणाऱ्या शिक्षण संस्था तिथे आहेत. या संस्थांमधून महाविद्यालयीन, त्याचप्रमाणे व्यावसायिक शिक्षणही मिळते. म्हणून 'टैझ' या प्रांताचं वर्णन येमेनमधील शिक्षणाचं केंद्र असं केलं जातं. तवक्कुलचे वडील अब्देल करमान हे वकील आणि राजकीय पक्षाचे नेते होते. काही काळ ते येमेनचे कायदामंत्री होते. त्यांना तीन मुले झाली. त्यांचा एक मुलगा तारिक हा कवी आहे, तर दुसरा मुलगा सॅफा हा तेथील 'अल-जजीरा' या वृत्तवाहिनीमध्ये काम करतो. तवक्कुल ही तिसरी मुलगी. तिला शिक्षणाची आवड असल्यामुळे त्यांनी तिला महाविद्यालयीन शिक्षण घेण्यास प्रोत्साहन दिले. तिने 'युनिव्हर्सिटी ऑफ सायन्स अॅन्ड टेक्नॉलॉजी'मधून 'कॉमर्स' या विद्याशाखेचे पदवीपूर्व शिक्षण घेतले. त्यानंतर 'युनिव्हर्सिटी ऑफ साना'मधून 'राज्यशास्त्र' या विषयात पदवी संपादन केली. पुढे मोहम्मद अल नाहमी यांच्याशी तिचा विवाह झाला. तिला तीन अपत्ये झाली.

त्यानंतर तिने 'अल जजीरा' वृत्तपत्रात काम करण्यास सुरुवात केली. तेथे काम करत असताना तिच्या लक्षात आले की, सत्ताधीश अली अब्दुल्ला सालेह याच्या दडपशाही आणि मुस्कटदाबीच्या धोरणांमुळे वृत्तपत्रसंस्था आणि प्रसारमाध्यमांमध्ये कमालीचे दहशतीचे वातावरण आहे. पत्रकारांना कोणतीही बातमी छापायची असेल, तर विशिष्ट सरकारी अधिकाऱ्यांच्या परवानगीशिवाय प्रसिद्ध करता येत नसे. पत्रकारांचे मोबाईल, एसएमएस तपासले जात. त्यांचे फोन टॅप केले जात. सरकारी धोरणांविरुद्ध अगदी थोडे जरी लिखाण केले तरी पत्रकारांना तुरुंगात डांबले जाई. अभिव्यक्ती स्वातंत्र्याची अशी गळचेपी होत असताना देश मात्र गरिबी, बेरोजगारी भ्रष्टाचार यांच्या दलदलीत पुरता अडकला जात होता. शस्त्र घेऊन बंड करण्याची भीती आणि ज्यांच्यातर्फे याविरुद्ध आवाज उठवला जावा त्या माध्यमांवरही बंदी, त्यामुळे लोक अतिशय त्रस्त झाले होते. या परिस्थितीत पत्रकार तवक्कुल करमानने २००५ साली 'विमेन जर्नीलिस्ट विदाउट चेन' (WJWC) या पत्रकारांच्या संघटनेची स्थापना केली. सुरुवातीला त्यात सात महिला पत्रकार होत्या. या संघटनेच्याद्वारे सत्ताधीशांना स्वातंत्र्याचे आवाहन करणे, अहिंसक मार्गांनी त्यांच्या धोरणांचा निषेध करणे आणि सर्वसामान्य जनतेला आपल्या कार्यात सामील करून घेणे अशी कामे ती करू लागली. अभिव्यक्ती स्वातंत्र्यासाठी सुरू केलेली तिची चळवळ हळूहळू लोकस्वातंत्र्याच्या दिशेने प्रवास करू लागली.

तवक्कुल करमानला नोबेल पुरस्कार मिळाल्यानंतर जल्लोष करणारे लोक

तिने बुरखा किंवा नकाब घालणे बंद केले. डोक्याला स्कार्फ लावून आपला चेहरा उघडा ठेवून ती या चळवळींमध्ये सामोरी जात असे. सनातनी कट्टर धर्मीयांच्या देशात असे धाडस दाखविण्यास प्रचंड सामर्थ्य लागते. 'नकाब' ही सनातनी परंपरा आहे. इस्लाममध्ये त्याचा कुठेही उल्लेख नाही, असे ती तेथील समाजाला निक्षून सांगते. 'मुस्लीम स्त्रियांनी गोषाचा त्याग करावा आणि आपल्या कोषातून बाहेर पडावे, म्हणजे त्यांचा विकास होईल,' असं ती स्पष्टपणे सांगते. विचारांनी बंडखोर असणाऱ्या तवक्कुलच्या चळवळींचा गाभा मात्र अहिंसेच्या तत्त्वांनी बनलेला आहे. तिच्यावर महात्मा गांधीजींच्या तत्त्वज्ञानाचा अत्यंत प्रभाव आहे. अहिंसक पद्धतींचा वापर करूनच अराजकावर मात करता येईल, हा विश्वास तिला होताच; परंतु जेथे हिंसाचार हा दैनंदिन जीवनाचा अविभाज्य घटक आहे तेथे तिचे हे विचार मान्य होणे किती अवघड होते!

शासन तर तिच्या विरोधातच होते. तिला सतत जीवे मारण्याच्या धमक्या मिळत. एकदा तिचा खून करण्यासाठी एक इसम जंबिया घेऊन तिच्यापर्यंत आला होता. पण चळवळीतील इतर कार्यकर्त्यांनी त्याला रोखून धरले आणि पकडले.

या घटनेनंतरही तिने तिचा अहिंसेचा मार्ग बदलला नाही किंवा चळवळी करण्याचेही थांबविले नाही. तिचे पती मोहम्मद अलनाहमी यांचा तिला पूर्ण पाठिंबा होताच. शिवाय ते तिच्यासमवेत कार्यकर्ता बनून साथ देऊ लागले.

येमेनी मुली कुपोषणाला सर्वात जास्त बळी पडतात, यासाठी ती महिलांना

विशेष मार्गदर्शन करू लागली. त्याचप्रमाणे तेथे जवळपास दोन-तृतीयांश मुली शिक्षणापासून वंचित आहेत. त्यांची लवकर लग्ने होतात. याच्या विरोधात अत्यंत कडक कायदे करायची गरज आहे, असे तिने शासनकर्त्यांना सांगितले. तिचा राजकीय उठाव सामाजिक परिवर्तनाने अंकित होता. २०१० साली झालेली ट्युनिशियातील आणि मग त्यापाठोपाठ २०११ साली झालेली इजिप्तमधील क्रांती यांच्यापासून प्रेरणा घेत तवक्कुलने येमेनी क्रांतीचा पाया रचला.

२०११च्या जानेवारी महिन्यात तिने येमेनी विद्यार्थ्यांचा एक मोर्चा काढला. या घटनेमुळे २२ जानेवारी, २०११ला आपल्या पतीसमवेत कारने जात असताना तिला तीन अज्ञात सरकारी अधिकाऱ्यांनी पकडले आणि तेथील तुरुंगात जवळपास छत्तीस तास डांबून ठेवले. नंतर पॅरोलवर तिची सुटका करण्यात आली. या घटनेचे पडसाद संबंध देशात तीव्रपणे उमटले. तिने त्यानंतर २९ जानेवारीला जेव्हा सरकारविरुद्ध मोर्चा काढला, तेव्हा येमेनी तरुण, तरुणी, विद्यार्थी, नागरिक, चळवळीचे कार्यकर्ते, राजकीय नेते, अधिकारी अशा सर्वच स्तरांवरील लोकांनी त्यात सहभाग घेतला. येमेन देशाच्या इतिहासातील हा सर्वांत मोठा अहिंसक पद्धतीने काढलेला मोर्चा ठरला. त्यानंतर तिने साना येथील विद्यापीठाच्या चौकात एक घोषणा केली. ३ फेब्रुवारी, २०११ हा 'डे ऑफ रेज' (Day of Rage) करायचे ठरले. त्या दिवशी तेथे असंख्य येमेनी स्त्री-पुरुषांची अलोट गर्दी जमा झाली. हुकूमशाही, भ्रष्टाचार, गरिबी, बेकारी यांनी गांजलेले सर्वसामान्य लोक या क्रांतीच्या उठावात सामील झाले होते. अनेक सरकारी अधिकाऱ्यांनी तवक्कुलकडे आपली राजीनामापत्रे दिली. आम्हालाही अब्दुल्ला सालेह हा हुकूमशहा नको आहे, अशा घोषणा त्यांनी दिल्या. एका तरुण मुस्लीम स्त्रीकडे सत्ताधारी पक्षातल्या लोकांनी आपली राजीनामापत्रे देणे, हा जगाच्या दृष्टीने घडलेला एक चमत्कारच होता. तवक्कुलच्या कर्तृत्वाला आणि पर्यायाने स्त्रीच्या सामर्थ्याला केलेला तो सलामच होता. स्त्री कौटुंबिक पातळीवर सुधारणा करू शकते, सामाजिक परिवर्तन करू शकते; पण राजकीय क्रांती? हो, ती हे करू शकते, यावर आता समाज विश्वास ठेवतो आहे, याचाच हा दाखला!

पुढे तिने जवळपास ७/८ महिने अहिंसक मार्गांनी हुकूमशाही सत्तेविरुद्ध लढा दिला. अमेरिका आणि सौदी अरेबिया या देशांतील शासनांकडून पाठिंबा मिळविला. आपले निवेदन घेऊन ती अमेरिकेची 'सेक्रेटरी ऑफ स्टेट्स' हिलरी क्लिंटन यांना भेटली. युनोपुढे जाऊन तिने आपले म्हणणे मांडले. तिला जेव्हा 'शांततेचा नोबेल पुरस्कार' जाहीर झाला, तेव्हा ती येमेनमधील साना येथील विद्यापीठाच्या चौकातील तंबूत ठिय्या मोर्चात बसली होती. तिला पुरस्कार मिळाल्याचे समजले तेव्हा तिला खूप आनंद झाला. ती म्हणाली, 'हा पुरस्कार म्हणजे माझ्या शांततापूर्ण अहिंसक

चळवळीला मिळालेला आंतरराष्ट्रीय शिक्का आहे. हा पुरस्कार केवळ माझा नसून अरब जनता आणि खास करून तेथील युवक व युवतींचा आहे.'

नोबेल पुरस्कार मिळविणारी ती पहिली अरब महिला ठरली. नोबेल पुरस्कार मिळाल्यानंतरही तिचे कार्य अविरतपणे चालू आहे.

आपल्या देशातील राजकीय आणि सामाजिक व्यवस्थांचे परिवर्तन हे तिच्या कामाचे मुख्य उद्दिष्ट आहे. ती म्हणते, ''जिथे मानवी ऊर्जेचे म्हणजे स्त्री आणि पुरुष मिळून दोघांच्याही ऊर्जेचे योग्य अभिसरण होते; तिथे मुक्त, लोकशाही व्यवस्था असते. त्याच समाजात स्त्रियांचे प्रश्न सुटतील. आपण संस्कृतीला 'मानवी' संस्कृती म्हणतो. ती केवळ 'स्त्री'ची किंवा केवळ 'पुरुषां'ची नसते. तर ती दोघांनी मिळून बनलेली असते.''

❀

संदर्भसूची

	Name of the Book	Author	Publisher
1	Nobel prize women in science : Their lives, struggles & momentous discoveries.	Sharon Bertsch Mcgrayne	Carol publishing group
2	History of women in science for young people	Vivian Sheldon Epstein	V. S. E. Publisher
3	Histology	Arthur. W. Ham	Pitman Medical
4	Shirin Ebadi : Modern Peacemakers	Janet Hubbard Brown	Chelsea House Publications
5	The Green Belt Movement : Sharing the approach & the experience	Wangari Maathai	Lantern books

Urls –

1. wikipedia, the free encyclopedia
2. nobelprize.org
3. britannica encyclopedia

Nobel Internet archive; interview video clips of –

1. Shirin Ebadi
2. Wangari Muta Maathai
3. Elifriede Jelinek
4. Linda Buck
5. Doris Lessing
6. Francoise Barre Sinoussi
7. Elinor Ostrom
8. Ada E. Yonath
9. Elizabeth Blackburn
10. Carol W. Greider
11. Herta Muller
12. Ellen Johnson Sirleaf
13. Leymah Roberta Gbowee
14. Tawakkul Karman

www.ingramcontent.com/pod-product-compliance
Lightning Source LLC
LaVergne TN
LVHW032334220825
819400LV00041B/1365
* 9 7 8 8 1 8 4 9 8 4 4 1 5 *